AF741864

ந.பிச்சமூர்த்தி

வாசிக்க வேண்டிய சிறுகதைகள்

ந.பிச்சமூர்த்தி
வாசிக்க வேண்டிய சிறுகதைகள்

ந.பிச்சமூர்த்தி 125

தொகுப்பு : ராணி திலக்

எழுத்து பிரசுரம்

Title: Na. Pichamoorthy Vaasikka Vendia Sirukathaigal
Author's Name: Na. Pichamoorthy
Published by Ezutthu Prachuram

Ezutthu Prachuram
(An imprint of Zero Degree Publishing)
No.75 & 76, I Floor, Kuppusamy Street,
Balaji Nagar,
Padi,
Chennai - 600050

Website: www.zerodegreepublishing.com
E Mail id: zerodegreepublishing@gmail.com
Phone: 89250 61999

Ezutthu Prachuram First Edition : August 2025
ISBN : 978-93-48439-39-0
TITLE NO EP :586

Rs.160/-

Layout: G.Selva kumar
Cover Design: Vijayan, Creative Studio
Printed at Rathna Offset, Chennai, India

நன்றி

கும்பகோணம் சிவகுருநாதன் செந்தமிழ் நூலகத்திற்கு

பொருளடக்கம்

ந.பி.யின் நிழல்

"உணர்வே என் குதிரையாகிவிட்டபடியால் நான் ஒருசமயம் நட்சத்திரமண்டலத்தில் பொன்தூள் சிதறப் பறப்பேன்"

ந.பிச்சமூர்த்தி

இந்த ஆண்டு ந.பிச்சமூர்த்தியின் 125ஆம் ஆண்டு. 'ஸயன்ஸுக்குப் பலி' என்ற முதல் கதை தொடங்கி, (ஜூன் 1933 கலைமகள்) 'கண்ணாடி' (1966 சுதேசமித்திரன்) வரை 110 கதைகள் எழுதியுள்ளதாக ஒரு குறிப்புப் பட்டியல் உள்ளது. இப்பட்டியலில் இல்லாத சில கதைகளையும் கண்டறிந்துள்ளேன். ந.பிச்சமூர்த்தி கதைகள் குறித்து அநேக எழுத்தாளர்கள் இன்றளவும் எழுதி வருகிறார்கள். அவருடைய ஒட்டுமொத்த கதைகள் குறித்த பார்வையைச் சுந்தர ராமசாமியும் (ந.பிச்சமூர்த்தியின் கலை மரபும் மனித நேயமும்) அசோகமித்திரனும் (ந.பிச்சமூர்த்தி - சாகித்ய அகாதெமி) விரிவாக எழுதியுள்ளார். அசோகமித்திரன், சு.ராவின் பாதையில் சென்று, தனக்கான கதைகளை விவரித்து இருக்கிறார். தான்சென் குறித்த விளக்குக் கதையையும் விரிவாக எழுதியிருக்கிறார்.

சிறந்த கதைகள், தேர்ந்தெடுத்த கதைகள் என்று ஓர் எழுத்தாளரின் படைப்புகளைத் தொகுப்பதற்குப் பதிலாக வாசிக்கவேண்டிய கதைகள் என்று, ந.பி.யின் கதைகளைத் தொகுத்திருக்கிறேன். ஏனெனில், தேர்ந்தெடுத்த கதைகள் அல்லது சிறந்த கதைகள் என்பவை ஒட்டுமொத்த கதைகளில் தொகுக்கப்படவேண்டியவை. 'பதினெட்டாம் பெருக்கு' (1944) முதல் 'இரட்டை விளக்கு' (1967) வரையிலான தொகுதியிலுள்ள கதைகளைத்தான் வெங்கட்சாமிநாதன் தொகுத்து இருக்கிறார். தொகுக்கப்படாத

சில கதைகளைத் தொகுத்து வெளியிடப்பட்ட 'கஞ்சாமடம்' (2022) தொகுதிக் கதைகளை வெ.சாவிடம் காணமுடியாது. அசோகமித்திரனும் சுந்தர ராமசாமியும் ந.பி.யின் தொகுக்கப்பட்ட கதைகள் குறித்துத்தான் பேசியிருக்கிறார்கள். சிற்றிதழ்களில் பிரசுரமாகி, தொகுப்பில் வராத ந.பி.யின் கதைகளை மூவரும் பேசவில்லை என்பது ஆச்சரியமாக இருக்கிறது. போகட்டும்.

இத்தொகுதியில் ந.பி.யின் கதைகளைத் தேர்ந்தெடுத்து இருக்கிறேன். அ.மி., சு.ரா., வெ.சா மற்றும் பிரபல எழுத்தாளர்கள் பரிந்துரைக்கும் கதைகள் சிலவற்றையும், நாம் வாசிக்கவேண்டிய கதைகளையும் தொகுத்திருக்கிறேன். இன்னும் சொல்லப்போனால் எத்தொகுப்பிலும் இடம்பெறாத, 'புலியா!' என்ற கதையையும் சேர்த்திருக்கிறேன். எனவே, தேர்ந்தெடுத்த, சிறந்த என்கிற வழமையான தலைப்புகளுக்குப் பதிலாக, 'வாசிக்கவேண்டிய' என்ற பதத்தைப் பயன்படுத்தியிருக்கிறேன். என்னைப் பொறுத்தவரை. பிரபலமான கதைகளை விட, அதிக அழுத்தம் தரவேண்டியது பிரபலமற்ற கதைகள்மீதுதான். உலகப் பிரசித்திபெற்ற மூக்கைவிட, உலகப் பிரசித்தி பெறாத மூக்குகளின்மீது நாம் கவனம் செலுத்தவேண்டியிருக்கிறது.

இத்தொகுதியும் முடிவானது அல்ல. சிறுபத்திரிகைகளில் பிரசுரமாகி, தொகுக்கப்படாத ந.பி.யின் கதைகள் ஏறத்தாழ இருபதாவது இருக்கும். இரட்டைவிளக்கு (1967)க்கும், தொகுக்கப்படாத கதைத்தொகுதிக்கும் கஞ்சாமடத்திற்கும் (2022) இடைவெளி 45 ஆண்டுகள். கஞ்சாமடத்திற்கும் மற்றொரு தொகுக்கப்படாத கதைத்தொகுதிக்கும் எவ்வளவு இடைவெளி இருக்கும் என்று தெரியவில்லை.

ந.பிச்சமூர்த்தியின் 125ஆம் பிறந்தநாளை (ஆகஸ்ட் 15, 1900 - ஆகஸ்ட் 15, 2025) முன்னிட்டு, அவருடைய வாசிக்கவேண்டிய கதைகள் தொகுதியை எடுத்து வந்த எழுத்து பிரசுரத்திற்கும், 'புலியா' கதையைத் தந்த கருப்பம்புலம் பாலாஜி அவர்களுக்கும் நன்றி.

வாசியுங்கள்...

ராணி திலக்
கும்பகோணம்

பதினெட்டாம் பெருக்கு

இக்கரையில் படிக்கட்டுகளே தெரியவில்லை. அக்கரையில் நாணல்களின் வளைந்த நுனிகளெல்லாம் ஆற்று நீரில் விழுந்து விழுந்து எழுந்துகொண்டிருந்தன. கரைபுரண்டு போகும் பெருக்கில் நொங்கும் நுரையும், சீமைப் பிலா இலைகளும், காய்ந்த மலர்மாலைகளும் மிதந்து சென்றன. காவிரியின் பதினெட்டாம் பெருக்கு.

தமிழ் மக்கள் கவியுள்ளம் படைத்தவர்கள் என்பதில் சந்தேகமில்லை. இல்லாவிட்டால் காவிரியை சூல்கொண்ட பெண்ணென்று யாருக்குச் சொல்லத் தெரியும்? காவிரிப் பெருக்கு மோட்டிலும் முடைசலிலும், படுகையிலும் பண்ணையிலும் பாய்ந்து மண்ணைக் கனகமாக்கி மகிழ்ச்சி விளைவிக்கவில்லையா? ஆற்றுப்பெருக்கின் அசைவு சூல்கொண்ட பெண்ணைப்போல் இல்லையா?

தெருக் கோடிவீட்டு மாடியிலிருந்து வடக்கே பார்த்தால் இந்த ஆனந்தமயமான காட்சி தென்படும். கிழக்கே பார்த்தால் ஆற்றங்கரைக்கு வந்துசேரும் ரஸ்தா, பாம்பின் நாக்கைப்போல நீண்டு தென்புறத்தில் மறைவது தெரியும். ஆற்றுப்பெருக்கைப் போலவே இத்தெரு எப்பொழுதும் நிறைந்திருக்கும். விசேஷ நாளென்றால் சாயும் கூட்டத்தைப்பற்றிச் சொல்லவேண்டியதில்லை.

அன்று பதினெட்டாம் பெருக்கு. தெருவில் ஒரே கூட்டம். காதோலை கருகமணி விற்பவர்களும், போவோர் வருவோர்

முகத்தில் பூ வேண்டுமா என்று இடிக்கும் பெண்களும், கரிகாய்க் கடைக்குப் போவோரும் வருவோரும் தெருவில் நிறைந்திருந்தனர்.

தனிமை என்பதை எல்லோரும் பிரமாதப்படுத்துகிறார்கள். ஆனால் தனிமையை ரசிக்க எல்லோராலும் முடியாது. தனிமையில் வசிக்க ஒரு சிலரால்கூட முடியாது. சொல்லப்போனால், சாதாரண மனிதனுக்குத் தனிமை அபாயகரமானது உடல், உள்ளம் எல்லாவற்றிற்கும். கடிவாளமும் வண்டியோட்டியும் இல்லாத குதிரை 'டாக்கார்டை' இழுத்துப்போவதென்றால் எப்படி இருக்கும்? நாலுபேர் நடுவிலிருந்தால்தான் சாதாரண மனிதன் நேரும் கூருமாய் இருப்பான். தனிமையில் மனது சலிப்பதைக் கவனித்திருக்கிறீர்களா? ஒரு நொடி பச்சைக்குதிரை தாண்டி அண்ட சராசரங்களுக்கு அப்பால் போய் நிற்கும். மறு நொடியில், பாய்ச்சிய நங்கூரம்போல் மனக்கடலின் அடிமட்டத்தில் போய் நிலைகொள்ளும். ஒருதரம் தன்னலமற்ற தூயவெளியில் நடைபோட்டுப் பழகும். மறுதரம், விலங்கினப் போக்கிலே, வாலை கொண்டைமீது போட்டு நாலுகால் பாய்ச்சலில் போகும் காளைபோல் கட்டற்று ஓடும். பிராண சக்தி நிலைகொள்ளாது பாதரசம்போல் சிதறித் தொல்லை கொடுக்கும். தனிமையைக் கையாளத் தெரிந்தவன் யோகி, ஞானி.

அவன் யோகியுமல்ல; ஞானியுமல்ல. ரொம்ப சாதாரண மனிதன். வேதாந்திகள் சொல்வதுபோல் அஞ்ஞான ஐந்து. ஆண்களுக்குள்ள அவ்வளவு குற்றம் குறைகளும் நிறைந்தவன்.

பதினெட்டாம் பெருக்கன்று அவனுக்கு விடுமுறை. வீட்டில் யாருமே இல்லை. அவன் மனைவி தாயார் வீட்டுக்குப்போய் இரண்டு மூன்று மாதமாகியிருந்தது. காலையில், கிளப்பில் காபி சாப்பிட்டுவிட்டு தெருத் திண்ணையில் வந்து உட்கார்ந்தான். நேரம் வெண்ணாந்தையைப்போல் நகர்ந்தது. கடகடவென்று ஓரிரு பையன்கள் சப்பரத்தை இழுத்துச் செல்லும் ஓசை அவனுக்கு வேதனை தந்தது. அங்கிருந்து கிளம்பி வாசல் கதவைத் தாழிட்டுக்கொண்டு மாடிக்குப்போய் உலாவினான்.

ஒருபுறம் காவிரிப் பெருக்கு. பெருக்கோடு அவன் மனமும் சென்றது.

கடைசியில் கடலில் போய்க் கலந்தாக வேண்டும். ஏனோ? ஒன்று மற்றொன்றில் கலப்பதுதான் விதியா? அல்லது அதுதான்

இன்பத்தின் ரகசியமா? இருக்கலாம்... காவிரி கடலை மணக்கப் போகிறாள். அதனால்தான் அவ்வளவு ஒய்யாரமாய் நுரை மலர்களையும், கரையோர நாணல்களும் மரங்களும் தரும் வண்ண மலர்களையும் தாங்கிச் செல்கிறாள். ஆனால் கடலில் கலக்கும் நாள் என்றோ? என்று நினைத்தான்.

மற்றொருபுறம் ஜனப்பெருக்கு. ஆறு கடலோடு கலக்க தன்னையுமறியாமல் விரைந்தோடுகிறது. ஜனப் பெருக்கு கண்கண்ட தேவியான காவிரியை வணங்கி வந்தனம் செலுத்த அறிந்தே ஓடுகிறது. ஆனால் அவனிடம் மட்டும் ஜனப்பெருக்கைப்பற்றி வேறு ஏதேதோ சிந்தனைகள் எழுந்துகொண்டிருந்தன.

'வேண்டுமானால் கூட்டத்தில் கலந்துகொண்டு நசுக்கப்படலாமே யொழிய கூட்டத்தை ரசிக்க முடியுமா? ஒன்றையுமே கண்குளிரப் பார்க்கமுடிவதில்லை. சமுத்திரம் போன்ற கூட்டத்தில் தனி முகங்களே கவனத்தை வசீகரிப்பதில்லை. வெகு அழகிகள்கூட கூட்டத்தில் தனிச் சிறப்பை இழந்து சாம்பலில் கிடக்கும் நெருப்புப் போல் மங்கிவிடுகிறார்கள். ஆமாம், தனிமை செத்து அகண்டம் தோன்றுமிடமல்லவா ஒரு கூட்டம்? மனைவி இருந்தால் இந்த மந்தையில் அவளும் ஒன்றாயிருப்பாள்.'

இப்படி காவிரிப் பெருக்கும் ஜனப்பெருக்குமாகச் சேர்ந்து அவனைத் தாக்கவே ஏக்கமும் தனிமையும் உள்ளத்தில் ஆடின. சோர்வு மிகுந்து, செயலற்று, சவுக்கத்தை விரித்துப்படுத்துக்கொண்டான். நீலநிற ஆகாயத்தில், வழிதவறிய கொக்கைப்போல் தனிமையாய் ஒரு மேகம் சென்றுகொண்டிருந்தது. 'அட, உனக்கும் இந்தக் கதிதானா?' ஒருக்களித்துப் படுத்துக்கொண்டான். கண்ணுக்கெதிரே சுவர். சுவரில் பல இடங்களில் சுண்ணாம்பு சரிவர அடிக்கப்படாத காரணத்தால் விசித்திரமான மிருகங்கள் போலும், மரங்கள் போலும், அலைபோலும் தென்பட்டது.

சிறிது நேரம் இப்படியே அதில் நெஞ்சு ஈடுபடக் கழிந்தது. ஒரு அணில் திடுதிடுவென்று எங்கிருந்தோ ஓடிவந்து சுவரோரமாய்ப் பதுங்கி நின்றது. அதன் கண்களில் திருட்டுத்தனமும் இன்பவெறியும் கலந்திருந்தன. அதே சமயத்தில் ஓட்டின் மேலிருந்து ஒரு அணில் கத்திக்கொண்டிருந்தது; அதனுடைய குரலில் எதையோ பறிகொடுத்த உணர்ச்சி தளும்பிற்று. எழுந்திருந்து கூரையைப் பார்த்தான். ஒரு அணில் வாலை உயர்த்தி திசைக்கொருமுறை

திரும்பித் திரும்பி உட்கார்ந்து கத்திக்கொண்டிருந்தது. திடீரென்று கத்துவதை நிறுத்திவிட்டு மின்னல்போல் பாய்ந்து சுவரண்டை வந்தது. பதுங்கியிருந்த அணிலைக் கண்டதும் விரட்டிற்று. பிறகு அது ஓட இது ஓட முடிவில் ஒன்றை மற்றொன்று முன்னங்கைகளால் பற்றிக்கொண்டது. காதலின் லீலை! திருட்டுக் கண்கள் இன்பத்தில் மூடின-ஒரு இமைப்பொழுது! அதற்குள் சுவரின் அடிப்புறத்து சாரத்துளை வழியாக வேறு அணில் ஒன்று மெல்ல வந்து எட்டிப் பார்த்தது. காதல் நாடகம் கண்ணில் பட்டதுதான் தாமதம். ஒரே மின்வெட்டு! ஆண் அணில்மீது இது விழுந்து ஒரு நொடி இரண்டுமாய்க் கட்டிப் புரண்டன. பெண் அணில் வெற்றி யாருக்கு என்று கேட்பதுபோல் முன் காலைத் தூக்கி நின்றது. அடுத்த நொடிக்குள் புதிதாய் வந்த அணில் ஓடிவிட்டது. ஆனால் அங்கிருந்த ஆண் அணிலின் உடலினின்று ஐந்து ஆறு சொட்டு ரத்தம் மட்டும் தரையில் விழுந்தது. இருந்தாலும் ஆண் அணில் இதையெல்லாம் பொருட்படுத்தவில்லை. பெண் அணிலிடம் வெகு சொகுசாய் நகர்ந்துசென்றது. அவனுடைய விருத்திகள் எங்கோ சென்று திளைக்கத் தொடங்கின.

'அம்மா!.. அம்மா!' என்று தெருக் கதவைத் தட்டும் சத்தம் வந்து மோதிற்று.

மாடி கைப்பிடிச்சுவரண்டை வந்து நின்று 'யார் அங்கே?' என்றான்.

நான்தான். யௌவனத்தின் தேன் ததும்பும் குரல்.

'நான்தானென்றால்?'

வாசலை விட்டிறங்கி மாடியைப் பார்த்துக்கொண்டு ஒருத்தி நின்றாள். அவனுக்கு ஒன்றும் புரியவில்லை. கீழே இறங்கிவந்து கதவைத் திறந்தான்.

ஓர் இளம் பெண். மாநிறம். அராபிக் குதிரை போன்ற மேனியும் மினுக்கும், வளர்ச்சியும். பார்வைக்கு ராணி போன்ற அழகும், கம்பீரமும் பெற்றிருந்தும், அவளுடைய ஆடை ஏழ்மையைப் பறையடித்தது.

அவளை ஊன்றிப் பார்த்தான். எப்பொழுதோ பார்த்த முகம்; ஆனால் எங்கே என்றுமட்டும் விளங்கவில்லை.

'நீ யார்?'

'தெரியவில்லையா?... போன 'வருஷம் மார்கழி மாதம் இங்கே பறங்கிப்பூ போடவில்லை? அம்மா எங்கே?'

அவனுக்கு ஞாபகம் வந்துவிட்டது. அப்பொழுது சிறியவளாய் இருந்தாள். இப்பொழுது நல்ல யௌவனம்; முற்றிலும் மாறிப்போய்விட்டாள். பின்னொரு தரம் அவளைப் பார்த்தான். ஆம்! அவளே யௌவனத்தின் லாகிரிப் பெருக்கு அவன் உள்ளத்தின் வேரை அறுத்துச் சென்றது.

'அம்மா இல்லையா?'

என்ன குழப்பமிருந்தாலும் கேள்விக்குப் பதில் சொல்லவேண்டாமா?

'இல்லை, ஊருக்குப் போயிருக்கிறாள்.'

'ஏன்?'

'முழுகவில்லை... ஆமாம், நீ எங்கே வந்தாய்?'

'சும்மாத்தான்.'

"சும்மா இருக்குமா?'

'இல்லை, பதினெட்டாம் பெருக்கு, அம்மாவிடம் அரிசி வாங்கலாம் என்று வந்தேன்... ஆனால் அம்மா இல்லையா?'

'இல்லாதபோனால் என்ன மோசம்?'

அந்த வார்த்தைகளைக் கேட்டு அவள் நெகிழ்ச்சியடைந்துபோனாள். தலையெடுத்து அவன் முகத்தைப் பார்த்தாள். அவனும் பார்த்தான். ஒரு கண்ணிமைப் பொழுது திகைப்பற்ற மௌனம். பின்னர் அவன் வீட்டிற்குள் சென்று ஒரு படி அரிசியும் நான்கணா காசும் கொண்டுவந்து கொடுத்தான். அதை முந்தாணியில் வாங்கிக்கொண்டு ஒரு வினாடி பேச்சில்லாமல் தரையை நோக்கி நின்றாள். அவன் கூடத்துச் சுவரை பொருளில்லாமல் வெறித்துப் பார்த்தான். ஒரு பெரிய எட்டுக்கால் பூச்சி அசையாமல் நின்றுகொண்டிருந்தது. கொஞ்ச தூரத்திற்கப்பால் இதையே பார்த்துக்கொண்டு வேறொரு சின்ன எட்டுக்கால் பூச்சி நின்றுகொண்டிருந்தது.

'நான் வரட்டுமா?' என்றாள்.

பேச்சு அவன் காதில் சரியாய்த்தான் விழவில்லையோ, அல்லது பதில் அவனையுமறியாமல் வந்துவிட்டதோ என்னவோ! 'எப்பொழுது?' என்றுவிட்டான்.

'ஐந்து நாழிகைக்கு' என்று சொல்லி வீட்டைவிட்டு வெளியே வந்து கூட்டத்தோடு கூட்டமாகிவிட்டாள்.

அவள் போன அடியோடு இவனுக்கொரு பயங்கரமான வியப்பு ஏற்பட்டது.

இச்சையின் காட்டில் அலையும் வேங்கையைக் கண்டான். சேற்றில் புதைந்து இன்புறும் மீனைக் கண்டான். 'தூ' என்று இச்சம்பவத்தையே ஒதுக்கி நேராகிவிடுவேனென்று திடசங்கற்பம் செய்துகொண்டு திண்ணையில் உட்கார்ந்தான்.

பெண்கள் குளித்துவிட்டு கூட்டம் கூட்டமாக வந்து கொண்டிருந்தனர். அவர்களுடைய ஈரத்துணிகள் உடம்பில் ஒட்டிக்கொண்டு, நடக்கும்பொழுது ஒருவித ஓசையை உண்டாக்கிற்று. மருதாணியிட்ட அவர்களுடைய கைகளும் கால்களும் பளிச்சென்று தென்பட்டன. பலர் முகத்தில் மஞ்சளும் கழுத்தில் சந்தனமும் பூசியிருந்தது. மைனாக் குருவிகள்போல் கலகலவென்று பயமற்ற குரலில் பேசிச் சிரித்துச் சென்றனர்.

இக்காட்சிகளையெல்லாம் அவன் அறிவு வெகு கவனத்துடன் படம் பிடித்துக்கொண்டிருந்தது-அவளைப் பற்றிய எண்ணமே வரப்படாதென்ற கவலையில். ஆனால் அக்காட்சிகள் யாதொரு இன்பத்தையும் தரவில்லை; பெரிய தோப்பினிடை தென்றல் போய் ஒடுங்குவதைப்போல் கிளர்ச்சியற்று மாய்ந்தன. புஷ்பத்தோட்டத்தை விட்டு பூக்கடைக்குப் போகும் ரோஜாவை மொய்த்துச் செல்லும் தேனீயைப்போல ஒருமுகப்பட்ட அவன் நெஞ்சு அவளையே பற்றி நின்றது. அவன் அறிவு எவ்வளவு ஏற்க மறுத்தபோதிலும்கூட அவளுடைய ஞாபகத்தில் ஓர் இன்பம் இருக்கத்தான் செய்தது.

நடுப்பகல்வரையில் இந்த இன்பக் கிளர்ச்சி ஓயவில்லை. துன்பத்தைவிட இதைப்போன்ற இன்ப வாதனைகளைத் தாங்கமுடியாது. அதிலும் அவன் அறிவு வேறு குறுக்கிட்டு ஆக்ஷேபித்து நிலைமையை மோசமாக்கிக்கொண்டே வந்தால் கேட்பானேன்? நல்லவேளையாக நடுப்பகலுக்கு அப்புறம் மனதிற்குக் கொஞ்சம் ஓய்வு கிடைத்தது - சீட்டுக் கச்சேரியின்

புண்யத்தால். அவன் சீட்டாட்டத்தில் தலைதெரியாமல் ஈடுபட்டான். இருந்தாலும் அவன் ஆட்டம் சரியாகவே இல்லை. காணாத் துருப்பாட்டத்தில் ஐந்தாறு தடவைக்கு மேல்பட்டே முக்கியமான சமயங்களில் துருப்பைக் கேட்க மறந்து போகவே அவனுடைய ஆட்டம் நண்பர்களுக்கு வியப்பைத் தந்தது.

மாலையாகிவிட்டது. குளத்தினின்று குளித்து எழும் அழகியைப்போன்ற ஓர் உருவம் அவன் உள்ளத்தில் எழுந்தது. சீட்டாட்டத்தில் நிலைகொள்ளவில்லை. அவள் வருவாளா என்ற கவலை குடைந்தது.

சீட்டாட்டத்தைக் கலைத்துவிட்டு காவிரிக்குச் சென்றான். இரவு கூடியிருந்தது. துறையெங்கும் சாதமும் இலைகளும் இறைந்து கிடந்தன. இருளில் கத்தியின் மின்னல்போல் ஆற்றின் நீர் பாய்ந்து கொண்டிருந்தது. இருபுறத்துக் கரையோரத்திலும் மரங்களிடையில் மின்மினிகள் மூழ்கி எழுந்தன. நக்ஷத்திரங்கள் பதிந்த வானம் முஸ்லிம் ராணியின் ஜரிகை உடையைப்போல் மின்னிற்று.

ஆமாம். காவிரிகூட காதலைத் தேடித்தான் இருளில் செல்லுகிறாள். கடலைப் போய் அடைவாளோ அல்லது வழியிலேயே சோர்ந்து போவாளோ...

இப்படியே ஓர் அடுக்கு எண்ணங்கள் தோன்றி இன்பக் கிளர்ச்சியை உண்டுபண்ணவே, இயற்கையின் தூண்டுதலுக்கு உட்படுவதில் பிசகில்லை என்ற தீர்மானத்தின்மீது அங்கிருந்து கிளம்பி சாப்பாடு முதலியவைகளை முடித்துக்கொண்டு வீடு வந்து சேர்ந்தான். வாசல் கதவைத் தாழிட்டுக்கொண்டு முற்றத்தின் ஓரத்தில் மெத்தையை விரித்துப்படுத்தான். இன்பக் கனவுகள் குவிந்தன. இரண்டொரு நிமிஷத்திற்குமேலாயிற்று.

டக்கென்று வாசலில் சத்தம் கேட்டது.

'அவள்' வந்துவிட்டாள் போலிருக்கிறதென்ற குதூகலத்துடன் கதவைத் திறந்து பார்த்தான். யாரும் இல்லை. அவன் ஆவலே ஒலியுருவாகி அவனை ஏமாற்றிவிட்டது. திரும்ப தாழிட்டுக்கொண்டு வந்து படுத்தான். மறுபடி தெளிவான சத்தம் எழுந்தது. ரேழிக்கு வந்தபொழுதே விஷயம் விளங்கிவிட்டது; கதவின் தாழ் சரியாகப் பதியாமலிருந்து இப்பால் பதிந்த பொழுது பிறந்த ஓசை அது.

இருந்தாலும் கதவைத் திறந்து பார்க்காமலிருக்க முடியவில்லை.

படுக்கையில் ரொம்ப சஞ்சலத்துடன் வந்து படுத்தான்.

‘ஒரு ஆசை எவ்வளவு பித்தாக்கிவிட்டது! காட்டாற்று வெள்ளம்போல் எப்படி என்னைப் புரட்டி சேற்றிலும் முள்ளிலும் இழுத்துப் போய்விட்டது! நான் விலங்கா? இனி செய்வதென்ன? அவள் அரை மணியில் வந்துவிடக்கூடும்... தனியே அவளைச் சந்திக்கும் நிலைமை ஏற்பட்டுவிட்டால், பிறகு என்னாகுமோ, யார் கண்டது என்று யோசித்துக்கொண்டே வீட்டைப் பூட்டிவிட்டு வெளியே கிளம்பினான்.

முதலடி எடுத்துவைத்த நிமிஷத்தில் ஒரு பெண் குரல் ‘ஐயா’ என்றது. அந்த வார்த்தையைக் கேட்டு நடுங்கிப்போனான். ‘நேர் நெறியைக் கடைப்பிடிப்பதென்றால் அதற்குக்கூட விதி இடம் தராது போலிருக்கிறது. வந்தது வரட்டும். இங்கேயே இருந்து இன்பத்தை நுகர்ந்தே தீர்த்துவிடுகிறேன் என்று எண்ண மிட்டுக்கொண்டு குரல் வந்த திசையை நோக்கினான். எங்கோ மூன்றாவது வீட்டில் அந்தக் குரல்! தன்னை அழைக்கவில்லை! அடசை! இவ்வளவா மனசு பயந்து கிடக்கிறது?’ என்று முணுமுணுத்துக்கொண்டே ரயிலடியை நோக்கிப் புறப்பட்டான். ரஸ்தாவில் மரங்களின் நிழல் அசையும்பொழுதும் பத்துப் பன்னிரண்டு அடிக்கொருதரமும் அவள் பின்னால் திடீரென்று முளைத்துவிட்டது போன்ற பிரமை உண்டாகும். பிரமை என்று தெரிந்தாலும் திரும்பிப் பார்க்காமல் இருக்க முடிவதில்லை.

இப்படியே ஐயனார் கோவிலண்டை வந்தான். அங்கு ஐயனார் வாகனங்கள்-கல் யானையும், மண் குதிரையும் - இரவில் ரோந்து சுற்றுவதற்குத் தயாராக எப்பொழுதுமே நின்றுகொண்டிருக்கின்றன. வழக்கமாக கோவிலுக்கும் இந்தக் கல் யானை முதலியவைகளுக்கும் இடையேதான் இவன் செல்வது வழக்கம். அன்று யானை, குதிரையின் பின்பக்கமாகச் சென்றான். ஏனென்றால் பின்புறமாக யானை, குதிரைகளின் நிழல் நீண்டு தெருவை ஓரளவு இருட்டாக்கியிருந்தது. இருளில் செல்வதிலும் தெரிந்தவர்களைப் பார்க்காததுபோல் செல்வதிலும் அவனுக்கு ஏனோ நாட்டம் சென்றது. அதன் பயனாக அவனுக்குக் கொஞ்சம் வேதனை குறையத்தான் செய்தது. அந்த இருளின் பகுதியில் போய்க்

கொண்டிருந்தபொழுது ‘சாமி’ என்றது ஒரு தேன் குரல்.

அவள் குரல்! அவன் கலங்கிப்போனான். உடலெல்லாம் ஒருதரம் சிலிர்த்தது. மார்கழி மாதத்து நிலவின் பகைப்புலத்தில், காற்றிலசையும் சவுக்கைத் தோப்பினின்று எழும் ஓசை விவரிக்க முடியாத கிளர்ச்சியை உண்டாக்குகிறதல்லவா? அவ்வளவு கிளர்ச்சி அவனுக்கு உண்டாயிற்று. திடீரென்று ரயிலடிக்குப் போகும் யோசனையைக் கைவிட்டு வீடு திரும்பினான்.

வீட்டு வாசலண்டை வந்தபொழுது இன்னது செய்வதென்று தெரியவில்லை. நாலுகால் பாய்ச்சலில் போகும் விருத்தியைத் தடுத்துப் பெறப்படும் வெற்றியின் தொல்லையைவிட, தடுக்காமல் கிடைக்கும் இன்பமே மேலல்லவா என்ற தத்வப்போர் ஒன்று அவனுள்ளத்தில் ஒலித்து நின்றது. அவன் வீட்டுக் கதவைத் திறக்காமல் சிந்தனையிலாழ்ந்து வெறும் வெளியை நோக்கிக் கொண்டிருந்தான்.

அதற்குள் அவள் வந்துவிட்டாள். ஆனால் காலையில் தென்பட்ட அராபிக் குதிரைபோன்ற தோற்றத்தைக் காணோம். ஒடுங்கிப் பயந்து இருளுடன் இருளாக முயலும் ஒரு நிழல்போல் தென்பட்டாள். அவள் பதுங்கிய மாதிரி அவன் உள்ளத்தைப் பிளந்தது. பழைய விருத்திகள் இருந்த இடம் தெரியவில்லை.

மறுநொடிக்குள் வீட்டிற்குள் போய் வந்து ஒரு ரூபாயை அவள் கையில் கொடுத்துவிட்டான். அவள் திகைப்பு சொல்லத் தரமல்ல. அவன் மட்டும் திரும்பிப் பாராமல் கதவைத் தாழிட்டுக்கொண்டு மேல்மாடிக்குப் போய்விட்டான்...

அவள் மௌனமாய்த் திரும்பினாள். அவளுக்குப் பின்னால் நீண்டு விழுந்த அவளுடைய நிழல் தெருவில் அசைந்துகொண்டிருந்தது. கண்ணுக்கு மறையுமட்டும் அவள் உருவத்தையும் நிழலையும் மாடியிலிருந்து பார்த்து நின்றான். பிறகு குறுக்கும் நெடுக்குமாக உலாவ ஆரம்பித்தான்...

காவிரி மட்டும் யாதொரு சிந்தனையுமின்றி நுரை மலர் குலுங்க, காதலைத்தேடி கடல் நோக்கிச் சென்றுகொண்டிருந்தது.

ஜம்பரும் வேஷ்டியும்

மாலை வேளையில் தையற் கடையில் பொழுதை ஓட்டுவது என் வழக்கமென்று தெரிந்திருக்கலாம். அன்றைத் தினமும் அப்படித்தான் செய்தேன். ஆனால் ஒரு வித்தியாசம். கச்சேரிகளுக்குப் போகும் நேரத்திலேயே கடைக்குப் போய்விட்டேன். வழக்கம்போல் தெருவிலே சட்டைகளும் முண்டாசுகளும் சேலைகளும் குடங்களும் சாமான்களும் மூட்டைகளும் சாரி வைத்தாற்போல் நகர்ந்துகொண்டிருந்தன, தையற்காரன் கடை சாய்வு நாற்காலியில் உட்கார்ந்து காலை நீட்டினேன். மனசு, மனிதப் பிரவாகத்தையும் அதனுடைய கதியையும் பற்றி இரண்டுவிதமான கதியையும் பற்றித்தான் அசைபோட்டுக்கொண்டிருந்தது.

அதுவும் கொஞ்ச நேரந்தான். பிறகு எதிர்ப்புறத்து மாடியில் நடந்த நாடகத்தைக் காணச் சென்றுவிட்டது.

தையற்கடை கிழக்குப் பார்த்தது; மாடிவீடு மேற்குப் பார்த்தது. ஓட்டுக் கட்டடம் சொன்னேன். கொஞ்சம் நவீன மோஸ்தர்தான். என்று மாடியில் வடபுறத்துக் கோடியில் ஓர் அறை; தென்புறத்துக் கோடியில் ஓர் அறை. இரண்டுக்கும் தாழ்வாரம் உண்டு. தாழ்வாரத்திற்குத் தாழ்வாரம் ஒரு வரிசை கயிறு கட்டியிருந்தது. அதிலே இந்த வரிசைக் கிரமத்தில் துணிகள் காய்ந்து கொண்டிருந்தன; ட்ரௌஸர், பட்டுப் புடைவை, பட்டு ஜம்பர். ஜம்பருக்கு அடுத்த தென்னண்டை முதற்கொண்டு இந்த வரிசைக் கிரமத்தில் காய்ந்துகொண்டிருந்தன: நாலு முழக் கதர், கதர்ப் புடைவை, கதர் ரவிக்கை, கதர் பாடி.

இரண்டு அறையிலும் இரண்டு பெண்கள் உட்கார்ந்து ஜன்னலண்டை நூல் பின்னிக்கொண்டிருந்தார்கள். கதர்ப் புடைவைக்குச் சொந்தக்காரி பின்னிக்கொண்டிருந்த நூல்கூடக் கதரா என்று சொல்லமுடியாது. ஒருத்தி இரண்டு வரிசை பின்னிவிட்டு ஜன்னல் கம்பிகளின் இடுக்கில் மூக்கு தெரியும்படி வடவண்டை அறையைப் பார்ப்பாள். பிறகு பின்னத்தொடங்குவாள். உடனே சொல்லிவைத்தாற்போல் வடவண்டை அறையிலிருக்கும் பெண், ஜன்னல் கம்பிகளின் இடுக்கில் மூக்குத் தெரியும்படி தென்புறம் பார்ப்பாள். பிறகு அவள் பின்னத்தொடங்குவாள். இப்படியே சிறிது நேரத்திற்கு ஒரு தரம் நடந்தது. இரு பெண்களும் ஒருவருக்கொருவரைப் பார்த்துக்கொண்ட மாதிரி அவர்களிடையே நேசம் இருக்க முடியுமென்று காட்டவில்லை.

தென்றல் ஒன்று லேசாக அடித்தது. கொடியில் துணிகள் மெதுவாக ஊஞ்சலாடின. பட்டுப் புடைவைக்காரி பின்னல் வேலையை வைத்துவிட்டுக் கொடிக் கயிற்றைப் பார்த்தாள். மறுகணத்தில் காற்று வலுத்தது. சர்க்கஸில் டிரெபீஸியம் ஆடுவதுபோல் துணிகள் கிழக்கும் மேற்கும் ஏறின. இரண்டு உருப்படிகளுக்கு மட்டும் ஏனோ வெறியாட்டம். பட்டு ஜம்பர் வெறி முதிர்ந்து ஆடி ஓய்ந்தது போலக் கொடியிலிருந்து கீழே விழுந்தது. அடுத்த விநாடியில் கதர் வேஷ்டியும் ஆடிய பம்பரம் போல் ஓய்ந்து கீழே விழுந்தது. விழுந்த விதத்திலே பட்டு ஜம்பரில் பாதியும், சிமெண்டுத் தரையில் பாதியுமாகப் பரவி விழுந்தது.

பட்டுப் புடைவைக்காரி எழுந்து வந்தாள். கொடியண்டை வந்து இடுப்பில் இரண்டு கையையும் வைத்துக்கொண்டு துணிகளையெல்லாம் வெறிக்க வெறிக்கப் பார்த்தாள். எதிர் அறையை முறைத்துப் பார்த்தாள். கடைசியாக, கீழே விழுந்திருந்த ஜம்பர், கதர் வேஷ்டிமேல் கண்ணை நட்டாள், ஐந்து நிமிஷம் வைத்த கண்ணை எடுக்கவில்லை. பிறகு எழுந்து சுவரோரம் போய் ஒரு நாற்காலியில் உட்கார்ந்து, தலையைக் கைகளில் சாய்த்துக்கொண்டாள். வெளிச்சமில்லாமல் இருட்டாக இருந்திருந்ததால் திருவிடைமருதூர் சோழப் பிரம்மஹத்திதான் அங்கே உட்கார்ந்திருக்கிறதோ என்ற தட்டுக்கெடல் இயற்கையாய் உண்டாகிவிடும்.

பட்டுப் புடைவைக்காரியை ஜன்னலண்டை காணாமையால், கதர்ப் புடைவைக்காரி நூலை வைத்துவிட்டு அறைக்கு வெளியே வந்து பார்த்தாள். அவள் ஒரு நாற்காலியில் உட்கார்ந்திருப்பதையும், தரையில் ஜம்பரும் கதர்வேஷ்டியும் விழுந்திருப்பதையும் கண்டாள். உடனே தன் அறைக்குள் திரும்பிப் போய்விட்டாள்.

இப்படியே நேரம் சென்றது. மணி நாலரை ஆயிற்று. ட்ரௌஸரும் கோட்டும் போட்டுக்கொண்ட ஓர் இளைஞர், வரும்பொழுதே கழுத்துப் பட்டியை அவிழ்த்துக்கொண்டு மாடிக்குள் நுழைந்தார். சுவரருகில் உட்கார்ந்திருந்த பதுமை எழுந்திருக்கவில்லை. முகமும் உம்மென்றே இருந்தது.

'என்ன, இங்கே உட்கார்ந்திருக்கிறாய்?' கேள்விக்குப் பதில் வரவில்லை. ஆனால் வந்தது வேறு கேள்வி.

'என்னை என்னவென்று நினைத்துக்கொண்டிருக்கிறீர்கள்?'

எதிர்ப்புறத்து அறையிலிருந்த ஸ்திரீ தன் கையில் இருந்த தையல் வேலையை ஜன்னலிலேயே வைத்துவிட்டு அறைக்கு உட்புறம் நகர்ந்தாள். அறைக்கு வெளியேயும் வரவில்லை. இது என்ன செப்பிடுவித்தைக்காரன் பிரம்புப் பெட்டியில் மறைந்துபோகும் பெண்ணைப் போல் காணோமே என்று நினைத்துக்கொண்டிருக்கும் பொழுதே, கதவுக்குப் பின்னாலே புடைவைத் தலைப்பு ஆடிற்று. சரிதான்; கதர்ப் புடைவைக்காரி சுவர்க்கோழி ஆகிவிட்டாள். சுவர்க்கோழி ஆகி இருக்க வேண்டியதில்லை என்று பிறகுதானே தெரிந்தது.

'என்னை என்னவென்று நினைத்துக்கொண்டிருக்கிறீர்கள்?'

'சந்தேகம் என்ன? அன்பார்ந்த பத்தினி என்றுதான் நினைத்துக் கொண்டிருக்கிறேன்.'

'ரொம்ப நல்ல காரியம். இந்த வீட்டைவிட்டு இப்பொழுதே ஜாகை மாற்றுகிறீர்களா? இல்லாவிட்டால் நான் போய்விடட்டுமா?'

மின்சாரம் தாக்கினாற்போல் அவர் அதிர்ச்சி அடைந்தார். அந்த அதிர்ச்சியைச் சமாளிப்பதற்காகக் கைகள் கழுத்துப் பட்டியை ஒழுங்காக மடிக்கத் தொடங்கின.

'என்ன? நான் போகட்டுமா?'

'இதென்ன, திடீரென்று தலையும் காலும் இல்லாமல் பேசினால் நான் புரிந்துகொள்வது எப்படி? எனக்கு ஜோஸியம் தெரியுமென்று நினைக்கிறாயா?'

'அந்த மழுப்பல் எல்லாம் இப்பொழுது ஒன்றும் செல்லாது. கொண்டுவந்து குடிவைத்தீர்களே, அவர் யார்?'

'ஏன், என் சிநேகிதன்தான். காலேஜில் சேர்ந்து படித்தோம். அவன் சம்ஸ்கிருதப் பகுதி; நான் வேதாந்தப் பகுதி.'

'ரொம்ப அழகு! படிப்பு நன்றாக வந்திருக்கிறது! சம்ஸ்கிருதமும் வேதாந்தமும் சேர்ந்தால் கிடைக்கிறது இதுதானாக்கும்.'

'இப்பொழுது என்ன கெட்டுவிட்டது?'

'உங்கள் சிநேகிதர் ரொம்ப நல்லவராக இருக்கிறார்: ஜபம், தபம், விபூதி.'

'ஆமாம், இருக்கவேண்டியதுதானே?'

'இருக்கட்டும், ஜபத்து ஊதுவத்தி வேண்டுமா என்ன?'

'சில பேர் வைத்துக்கொள்வார்கள்.'

'இந்த மாதிரி ஜபம், ஆபீஸுக்கு லீவ் எழுதிப் போட்டுவிட்டு வேறு புருஷர்கள் வீட்டில் இல்லாத பொழுதுதான் செய்ய வேண்டுமென்று சாஸ்திர விதியோ?"

சுகமாக ரயிலில் பிரயாணம் செய்து கொண்டிருக்கும்பொழுது, ரயில் தண்டவாளத்தை விட்டு நிச்சயமாய் இறங்கிவிட்டதென்ற உணர்ச்சி ஏற்பட்டால் ரயில் பிரயாணிக்கு எப்படி இருக்கும்? அதைப் போன்ற தவிப்பு அவருக்கு ஏற்பட்டது.

'நீ கேட்பது புரியவே இல்லை. சிநேகிதனைப் பற்றிக் கோணலாய் ஆனால் எனக்குத் தெரிந்தவரையில் அவனைப்பற்றி அப்பழுக்குச் சொல்ல முடியாது. லக்ஷ்மணர் என்றே சொல்லிவிடலாம். பெண்களென்றால் கால்களைத் தவிர அவன் கண்ணில் படவே படாதே?'

'லக்ஷ்மணரா? அப்படியேதான். சீதையை வைத்திருந்த பர்ணசாலையை லக்ஷ்மணர் சுற்றிச் சுற்றி வந்தார் என்று கேட்டிருக்கிறோமே, அதே மாதிரி சுற்றிச் சுற்றி வருகிறார், நம் அறையை.'

'அறை என்றால் சுற்ற முடியாதே?'

'முடியும். ஒருவரும் இல்லை என்று நினைத்துக்கொண்டு மூடியிருந்த கதவை மெதுவாகத் தள்ளி ஒட்டகை மாதிரி கழுத்தை உள்ளே நீட்டிக் கண்களைச் சுற்றவிடுவது பிரதக்ஷிணத்திற்கு அதிகந்தானே!'

'நான் உள்ளே இருக்கிறேனா என்று பார்த்திருப்பான்,'

'கதவு மூடியிருந்தால் ஆள் உள்ளே இருக்கமாட்டார்கள் என்றுகூடத் தெரியாத குழந்தை! அது போகட்டும். இதற்கு என்ன சொல்லுகிறீர்கள்?'

'எதற்கு?'

'நான் இரண்டாங்கட்டில் வெந்நீர் அறையில் குளித்துக் கொண்டிருந்தேன். இவர் குறுக்கும் நெடுக்குமாக ரேழியில் போனார். கடைசியில் கதவைத் திறந்துகொண்டு உள்ளே எட்டிப்பார்த்தார். நான் துண்டு கட்டிக்கொண்டிருந்தேன்.'

'குளித்தால் உள்ளே தாழ்ப்பாள் போட்டுக்கொள்ளவேண்டும் என்று எத்தனை தரம் சொல்லியிருக்கிறேன்?'

'உங்கள் சிநேகிதர்தானே வீட்டில் இருக்கிறார், ஒன்றும் பிசகாய் இருக்காது என்ற நினைப்பிலே மனசு முன்ஜாக்கிரதையாக இருக்க மறந்துவிடுகிறது. இவர் என் நிலைமையைப் பார்த்து விட்டுத் திரும்பிப் போயிருக்கவேண்டியதுதானே? அப்படிச் செய்யவில்லை. திறந்த வாசலண்டையே இரண்டு நிமிஷம் தயங்கித் தயங்கி நின்றார். அப்புறம் உள்ளே வந்து அவர் வீட்டு வெந்நீர்ப் பானையிலிருந்து ஒரு சொம்பு வெந்நீர் எடுத்துக் கொண்டு போனார். அது ஒரு பாசாங்கு, திருடன் போக்குக் காட்டுகிறாப்போல.'

'தண்ணீருக்காக வந்திருப்பான். உன்னையும் பார்த்திருக்காமல் இருந்திருக்க முடியாது. வெந்நீர் எடுக்கலாமா கூடாதா என்று யோசித்திருப்பான். எடுத்துக்கொள்ளாமல் போனால் விபரீதமான அர்த்தம் உண்டாகிவிடுமே என்று பயந்து தண்ணீர் எடுத்துக்கொண்டு போயிருக்கிறான். அவ்வளவுதான். இது தெரியாமல் காகூ என்று இட்டுக்கட்டுகிறாயே?'

'இன்னும் நம்பிக்கை வரவில்லையா? இங்கே வாருங்கள்.'

அவர் கூடவே சென்றார். கயிற்றுக் கொடியண்டை அழைத்துப் போய்க் கீழே சுட்டிக் காட்டிவிட்டு, 'இது என்ன?' என்றாள்.

‘நீ என்ன கண் டாக்டரா? எனக்கு ஒன்றும் கண் இன்னும் கெடவில்லை. இது உன் ஜம்பர்?’

‘அது?’

‘கதர் வேஷ்டி.’

‘யாருடையது?’

‘சிநேகிதனுடையதுதான்.’

‘இவ்வளவு பெரிய கொடியிலே அவருக்கு வேஷ்டி காயப்போட என் ஜம்பருக்கு அடுத்தாற்போலத்தான் இடம் கிடைக்கிறது. வேறு எங்கேயும் கொடியில் இடம் அகப்படவில்லை. அப்படித் தானே?’

‘அதனாலே குடிமுழுகிப்போனதென்ன, தெரியவில்லையே.’

‘சரிதான். இயற்பகை நாயனார் மாதிரி உங்கள் சிநேகிதரிடம் என்னை ஒப்படைக்கக் கூட நீங்கள் தயங்க மாட்டீர்கள் போல் இருக்கிறது. உங்களுக்கெல்லாம் சூக்ஷ்மம் தெரியாது.’

டிரெளஸர் போட்டிருந்தவருக்கு மேலே பேச முடியவில்லை. இளமையின் மின்சாரத்தை விழித்தெழச் செய்வதுதான் இதற்கு மாற்று என்று நினைத்து, கடகம் பூண்ட மனைவியின் கையைத் தட்டிக்கொடுத்துக்கொண்டே சொன்னார்.

‘அதெல்லாம் தெரியாமல் போகவில்லை. நாளைக்கே ஜாகை மாற்றிவிடுவோம். நொந்துகொள்ளாமல் சமத்தாய்ப் போய்க் காபி கொண்டு வா. நீ இன்னும் சாப்பிட்டிருக்க மாட்டாயே. இரண்டு பேரும் சாப்பிடலாம்.’

விவரிக்க முடியாத ஆழ்ந்த இன்ப உணர்ச்சியை உண்டாக்குவதில் ஸ்பரிசத்தைப் போன்ற புலன் வேறொன்றும் இல்லை. பெரியா நங்கையைக் கண்டு படம் ஒடுக்கும் நல்ல பாம்புபோல் அவள் சினம் தணிந்தது. வேகமாக தடதடவென்று மாடிப்படிகள் வழியே இறங்கினாள்.

மாடிப்படி கொஞ்சம் அகலக்குறைவு. தாராளமாக இருவர் போக முடியாது. மாடிப்படியில் பாதி தூரத்துக்குமேல் வழக்கம்போல் தலையைத் தொங்கப்போட்டுக்கொண்டு, கதர் வேஷ்டிக்காரர் ஏறிவந்துகொண்டிருந்தார். தடதடவென்ற கால் சப்தம் கேட்டுத்

தலைநிமிர்வதற்கும் பட்டுப் புடைவைக்காரி அவர் மீது ஓரளவு மோதிக்கொண்டு கடப்பதற்கும் சரியாக இருந்தது. அவரைக் கடந்த பிறகு பட்டுப் புடைவைக்காரி திரும்பிப் பார்த்துவிட்டுக் கீழே இறங்கிப்போனாள். கதர் வேஷ்டிக்காரர் தலையைத் திருப்பவில்லை.

பழையபடி தலையைத் தொங்கப்போட்டுக்கொண்டு பாக்கிப் படிகளில் ஏறினார். படிகளுக்கு முடிவிலுள்ள சதுரத்தில் கால் வைத்த பொழுதுதான் தம் மனைவி அங்கே நின்றுகொண்டிருந்ததைப் பார்த்தார். அவளுடைய கண்களில் சந்தேகம் குடிகொண்டிருந்தது. கணவனைப் பார்த்ததும்கூட உள்ளம் மலர்ந்ததாக முகத்தில் தெரியவில்லை. கதர் வேஷ்டிக்காரர் ஆச்சர்யப்பட்டுக்கொண்டே மாடியில் தம் அறைக்குள் நுழைந்தார். கூடவே அவருடைய மற்றொரு நிழலைப்போல் அவள் பின்தொடர்ந்தாள். அறைக்குள் நுழைந்ததுதான் தாமதம்.

'ஆமாம். நீங்கள் என்ன நினைத்துக்கொண்டிருக்கிறீர்கள்?'

'ஆபீஸில் ஒரு தகராறு; அதைப்பற்றித்தான்.'

'அந்தக் கதையைக் கேட்கவில்லை. இந்த வீட்டில் எதற்காகக் குடிவந்தீர்கள்?'

'குடி இருப்பதற்காகத்தான்.'

'யாரோ சிநேகிதர் இங்கே இருக்கிறார் என்றீர்களே, அவர் யார்?'

'ஏன் அவன்தான்.'

'அவனா, அவளா?'

கதர் வேஷ்டிக்காரர் திணறிப்போய்விட்டார். மிகவும் கோணலான கேள்வி! இருந்தாலும் எதிர்பாராத தாக்குதலை அமைதியாகச் சமாளிக்காவிட்டால் வேறு வழி ஏது?

'இதென்ன அசட்டுக் கேள்வி? அவனும் நானும் காலேஜில் சேர்ந்தே வாசித்தோம். சேர்ந்தே பரீக்ஷை தேறினோம். எங்களை இரட்டையர்கள் என்றுகூடச் சொல்லுவார்கள்.'

'அவராக இருக்க முடியாது. நேற்று நடந்தது என்ன தெரியுமா? மாடியில் நம்முடைய அறை வாசலில் ஒரு பொட்டலம் கதம்பம் வைத்திருந்தது. அதை யார் வைத்திருப்பார்கள்?'

‘உன் சிநேகிதி.’

‘அவள் வைக்கமாட்டாள். அவள் ரொம்ப ராங்கிக்காரி. ஒரு சின்னக் காரியம் செய்தால் கூட உலகறியத் தமுக்கடிக்கும் சுபாவம். புஷ்பம் கொடுக்க வந்தால் ரொம்பப் பெருமையாக அவளே கொண்டுவந்து கொடுத்திருப்பாள்.’

‘பின்?’

‘உங்கள் சினேகிதராய்த்தான் இருக்கும்.’

‘இருந்தாலும் என்ன?’

‘என்னவா? அது கதம்பம் அல்ல. கெட்ட எண்ணத்தின் பொட்டலம். ஒருவர் வீட்டுப் பெண் பிள்ளைக்கு மற்றொருவர் புஷ்பம் வாங்கிக் கொடுக்கலாமா?’

‘சேச்சே! அப்படி அவனை நினைக்கக் கூடாது.’

‘பின் ஏன், நீங்கள் இங்கே இல்லை, நான் இருக்கிறேன் என்று தெரிந்தபோதிலும் தன் அறையிலிருந்து சீட்டி அடிக்கிறார்? அதனால்தான் அவனா அவளா என்றேன். இந்த மாதிரி ஆள் உங்கள் சினேகிதராக இருக்க முடியாது. அவள் வந்து... என் கூட வாருங்கள் காட்டுகிறேன்.’

மனைவி அறையைவிட்டு வெளியே வந்தாள். இப்பொழுது தூக்குமேடைக்குச் செல்லும் கைதிபோல் கணவன் சென்றான். கொடியண்டைவந்து நின்றுகொண்டு, ‘இதைப் பார்த்தீர்களா?’ என்றாள்.

‘எதை?’

‘கண்ணை வைத்து இங்கே பாருங்கள்.’

குறிப்பிட்ட இடத்தைப் பார்த்தார். பட்டு ஜம்பரும் கதர் வேஷ்டியும் தரையில் கலந்து விழுந்திருந்தன.

‘காற்றில் விழுந்திருக்கும் இதில் என்ன அதிசயம்?’

‘கதர் வேஷ்டி யாருடையது?’

‘என்னுடையது.’

‘ஜம்பர்?’

'அந்தப் பெண்ணுடையது.'

'உங்கள் வேஷ்டிக்கு அருகில் அந்த ஜம்பரை ஏன் காயப்போட வேண்டும்?'

மாடிப்படி சதுரத்தில் அவள் பார்த்த பார்வையின் பொருள் அப்பொழுதுதான் தெரிந்தது.

'நீ விபரீதமாக நினைத்துக்கொண்டிருக்கிறாய்.'

"நானா? விபரீதமாகவா?

'உங்களுக்கு ஆபீஸிலிருந்து வந்த களைப்பு. ஆபீஸ் சண்டை வேறு ஞாபகம். தர்மாஸ் பிளாஸ்கில் காபி வைத்திருக்கிறேன். சாப்பிட்டுவிட்டுச் சாவதானமாய் யோசித்துச் சொல்லுங்கள்.'

இருவரும் தங்கள் அறைக்குள் சென்றார்கள். கதர் வேஷ்டிக்காரர் தர்மாஸ்பிளாஸ்கிலிருந்த காபியைச் சாய்வு நாற்காலியில் உட்கார்ந்து சாவதானமாகக் குடிக்க ஆரம்பித்தார். இரண்டு தம்ளர் ஆயின.

'உங்களை இடித்துத் தள்ளிக்கொண்டு கீழே இறங்கினால் என்ன அர்த்தம்?' என்றாள் விட்ட இடத்தில் ஆரம்பித்து.

பதில் சொல்லாமல் மற்றொரு கிண்ணத்தை வாய்க்கருகில் எடுத்துச் சென்றார்.

அப்பொழுதுதான் பட்டுப் புடைவைக்காரி புகைகிற காபியுடன் தன் அறைக்குள் நுழைந்தாள். ட்ரௌஸர் போட்டவர் காபியை ஆற்றிச் சாப்பிட்டார்.

'உங்கள் சிநேகிதருக்காகச் சப்பைக்கட்டு கட்டிப் பேசினீர்களே, இப்பொழுது என்ன நடந்தது தெரியுமா?'

'எனக்கு எப்படித் தெரியும்? நான் இங்கே இருக்கிறேன்.'

'நான் மாடிப்படியில் இறங்கிப் போனேனா? அவர் மேலே வந்தார். என்மேல் இடித்துக்கொண்டே போனார். எப்படி இருக்கிறது சிநேகிதம்?'

'நீ வருவதைப் பார்த்திருக்கமாட்டான்.'

'சரி. கிட்ட வந்த பிறகு?'

‘வழிதான் அவ்வளவு குறுகலாச்சே.’

‘கீழே இறங்கக் கூடாதோ?’

‘இறங்கியிருக்கலாம். நீயாவது அவர் போகட்டும் என்று மேலே வந்திருக்கலாமே.’

‘எனக்குத் தோன்றவில்லை.’

‘அவனுக்கும் தோன்றி இருக்காது.’

‘இதோ எவ்வளவு ருஜு கொடுத்தும் உங்களுக்குப் புரியவில்லை. ஜாகை மாற்றுகிறீர்களா நான் அம்மா வீட்டுக்குப் போகட்டுமா?’

இந்தப் பேச்சு நடந்துகொண்டிருந்தபொழுதுதான் கதர் வேஷ்டிக்காரர் மூன்றாவது கிண்ணத்தைக் குடித்துவிட்டுக் கீழே வைத்தார். மற்ற அறையில் நடந்த பேச்சு இவர்கள் காதில் விழாமலில்லை.

‘பார்த்தீர்களா பேச்சை?’

‘அந்தப் பெண் சொல்வது நியாயந்தானே? நான் கொஞ்சம் கீழே இறங்கி வழிவிட்டிருக்கலாம். தோன்றவில்லை.’

‘தோன்றுமா? தோன்றாமல் ஏதோ ஒன்று மனசை மறைத்துவிட்டது, அதுவேதான் வேஷ்டிகிட்ட ஜம்பரைக் காயப்போடும்படி சொல்லியிருக்கிறது. இதோ எனக்கு ஏற்கனவே காது குத்தியாகி விட்டது. மறுபடியும் தேவையில்லை. இவ்வளவு காட்சிகளை நான் கண்ட பிறகு உங்களால் குத்தவும் முடியாது. ஜாகை மாற்றுகிறீர்களா நான் அம்மா வீட்டுக்குப் போகட்டுமா?’

‘இது என்ன ரஸாபாஸம்! உன் இஷ்டப்படியே ஜாகை மாற்றிவிடுவோம்’ என்று இரு கணவர்களும் அவரவர் மனைவிகளிடம் சொல்லிக்கொண்டே அறைகளைவிட்டு வெளியேறினார்கள்.

இருவரும் ஒருவர்பின் ஒருவராக இறங்கித் தெருத் திண்ணைக்கு வந்தார்கள். ஒரு நிமிஷம் ஒருவர் முகத்தை ஒருவர் பார்த்துக் கொண்டனர். இருவர் முகத்திலும் களங்கம் இல்லை.

‘என் மனைவி சொன்னது காதில் விழுந்ததா?’ என்றார் ட்ரௌஸர்காரர்.

'விழுந்தது.'

'என் மனைவி சொன்னது காதில் விழுந்ததா?' என்றார் கதர் வேஷ்டிக்காரர்.

'விழுந்தது' என்றார் மற்றவர்.

'என்ன செய்வோம்?"

'ஜாகை மாற்றிவிடவேண்டியதுதான்.'

'காரணம்?'

'அவர்கள் சொல்வதற்காக அல்ல. காரணம் வேறு: நாம் சினேகிதர்கள் என்றால் நம் மனைவிகளும் சிநேகிதமாயிருந்தால்தானே?'

'நானும் அதுதான் நினைத்தேன்.'

அதற்குள் கதர் வேஷ்டிக்காரருக்கு ஒரு நினைவு வந்தது. மாடிக்குப் போய்த் திரும்பினார்.

'எங்கே போய் வந்தாய்?'

'கலகத்துக்குக் காரணத்தை உள்ளே எடுத்து வைத்தேன்.'

'நானுந்தான் மறந்துவிட்டேன்' என்று ட்ரௌஸர்காரர் மாடிக்குப் போய், பட்டு ஜம்பரை மனைவியிடம் எடுத்துக் கொடுத்துவிட்டுத் திரும்பக் கீழே வந்தார்.

நண்பர்கள் சேர்ந்து கிளம்பினார்கள் அவரவர்களுக்கு வீடு பார்க்க.

அப்பொழுது அடித்த அலைகாற்றில் வெறும் கொடி ஊசலாடிற்று. இரண்டு பெண்களும் பழையபடி பின்னத் தொடங்கினார்கள்.

'நல்ல வேஷ்டி! நல்ல ஜம்பர்!' என்று முணுமுணுத்தேன்.

பன்னிரண்டு மணிக்குப் படுத்த ஆளு மணி அஞ்சாச்சு. எழுந்திரு என்று புரட்டினான் தையற்காரன்.

மோஹினி

இன்றுடன் ஒரு வருஷம் ஆகப்போகிறது. சுந்தரப்பையர் தம்முடைய பாந்தவ்யத்தை ஒட்டி இன்று ஏதேனும் சடங்குகள் செய்வார். ஆனால் என்னைப் பொறுத்தவரையில், என் ஆருயிர் நண்பன் கைலாசத்தின் வெகு விசித்திரமான வாழ்க்கையைப்பற்றி இதை எழுதி வெளியிடுவதைத் தவிர வேறு எதுவும் எனக்கு இன்பம் அளிக்காது. மனத்தத்துவ ஆராய்ச்சிக்காரர்களுக்கும் டாக்டர்களுக்கும் இது நல்ல அறிவு விருந்தாகும். உங்களுக்கு எப்படியோ? ஆனால் என் கடமையைச் செலுத்துவதில் உங்கள் விருப்பையோ வெறுப்பையோ நான் ஏன் லட்சியம் செய்ய வேண்டும்?

கைலாசமும் நானும் சேர்ந்தாற்போல் பி.ஏ., பட்டம் பெற்றுக் கலாசாலையை விட்டு வெளியேறியவர்கள். அவன் அதிருஷ்டம் வெகு சீக்கிரமாகக் கோயம்புத்தூர்ப் பள்ளிக்கூடத்தில் ஒரு வேலை கிடைத்துவிட்டது. நான் ஊரிலேயே சௌக்கியமாகச் சாப்பிட்டுக்கொண்டிருந்தேன். அவன் ஊரை விட்டுப் போன ஒரு மாதம் வரையில் எனக்குக் கடிதங்கள் எழுதிவந்தான். பிறகு எங்களுக்குள் சுமார் ஆறு மாதம் வரையில் கடிதப் போக்குவரத்தே இல்லை.

ஒருநாள் காலையில் பொழுதுபோக்குக்காகத் திண்ணையில் உட்கார்ந்திருந்தேன். தபால்காரன் ஒரு கவரைக் கொடுத்துவிட்டுப்

போனான். உறையின் மேலிருந்த எழுத்து, கைலாசத்தினுடையது. இவ்வளவு மாதங்கள் கழித்து வந்த தபாலைப் பார்த்ததும் எனக்குச் சந்தோஷம். உறையை உடைத்துக் கடிதத்தைப் படித்தேன்.

கோயம்புத்தூர்,

21-3-'33.

ஆருயிர் நண்பா,

இவ்விடம் க்ஷேமம், அவ்விடம் க்ஷேமம் என்று மூடத் தபால்கள் எழுதாததற்கு நீ கோபிக்கமாட்டாய் என்று நம்புகிறேன். நமது நட்பு இதைப்போன்ற தொடர்புகளையெல்லாம் தாண்டி நிற்கிறது என்ற தைரியம். நீ அப்படி நினைக்காவிட்டால் இவ்வளவு நாள் எழுதாதவற்றையெல்லாம் இதோ சேர்த்துவைத்து எழுதியிருக்கிறேன். சமாதானமாயிற்றா? நமக்கிடையில் கிடந்த மௌனத்தை இந்தக் கடிதம் கலைக்கும்; குளத்தில் கல்லைப் போட்டதுபோல் உன் மனத்தில் அலைகளை உண்டாக்கும். அவற்றிலிருந்து என் மனத்தில் எவ்வளவு கோடி மடங்கு கிளர்ச்சி ஏற்பட்டிருக்க வேண்டுமென்று நீயே எளிதில் அறிவாய். நேற்று என் வாழ்க்கையில் ஒரு பெரிய அதிசயம் ஏற்பட்டிருக்கிறது. கண்டறியாத இன்பத்தை நான் அனுபவித்திருக்கிறேன். இன்பத்தைப் பகிர்ந்துகொடுப்பது மனித சுபாவம்; நட்புக்கு நுரையீரல். அதிலும் நம்முடைய நட்போ தெய்விகமானது; ஒரு நுரையீரலுக்கும் மற்றொன்றுக்கும் உள்ளது போன்ற ஜீவ்ய சம்பந்தம். உன்னிடம் சொல்லாமல் எப்படி இருப்பேன்?

நேற்று இரவு ஏதோ படித்துக்கொண்டிருந்தேன். படிப்பு முடிந்ததும் படுக்கை போட்டேன். எவ்வளவு நேரம் தூங்கியிருப்பேனோ அறியேன். திடீரென்று விழித்தெழுந்ததும் கண்ணில்பட்டது என் அருகில் உட்கார்ந்திருந்த ஒரு பெண்ணின் உருவம். எப்படியென்று சொல்லக்கூடவில்லை இருட்டில்கூட அவளுடைய கண்கள் சீமைச் சாராயம்போல் மயக்கின; என் நினைவை அழித்தன. அவள் வாடாமல்லிகை வர்ணத்தில் ஒரு பட்டுச் சேலை அணிந்திருந்தாள். அவள் இந்த மண்ணுலகத்துப் பெண்ணல்ல. ஒரு கணம் என்னை இமைகொட்டாமல் பார்த்தாள். பிறகு, வா வா என்று ஜாடை

காட்டினாள். புண்ணியம் இருந்தால் முடவனுக்கும் கொம்புத்தேன் கிடைக்கும்.

என்னைக் கூப்பிட்டதும் எனக்குத் தலைகால் தெரியவில்லை. வாசற் கதவைத் திறந்துகொண்டு போய்விட்டேன். தெருக்கள் வழியாக நானும் அவளுமாகக் கைகோத்துக்கொண்டு இன்ப மயக்கத்தில் சென்றோம். எங்கள் மயக்கத்துடன் பூர்ணசந்திரனுடைய தூய போதையும் கலந்திருந்தது. ஆகையால் என்ன பேசினோம் அல்லது பேசினோமா என்ற விஷயம் ஒன்றுமே ஞாபகம் இல்லை.

கடைசியாகச் சேர்ந்த இடம் இந்த ஊர்க் காடு. ஒரு பெரிய ஆலமரத்தின் அடியில் நின்று, "காதலா! இதுதான் நமது விடுதி" என்றாள். அந்த ஆலமரத்தின் விழுதுகளில் ஒரு பலகை ஊஞ்சல்போல் கட்டியிருந்தது. "அன்பா! உட்கார்" என்று காது குளிரச் சொல்லித் தானும் பக்கத்தில் அமர்ந்தாள். அப்போதுதான், "உன் பெயரைக் கேட்க மறந்துவிட்டேனே!" என்றேன்.

"என் பெயர் மோகினி. உண்மையாய், உட்பொருளாய், தத்துவமாய்ப் பார்த்தால், உலகில் உள்ளோரின் அந்தரங்க ஆசைகளைப் பூர்த்தி செய்யும் ஆதர்சம்; உலகின் அவாக்களைத் தூண்டும் அங்குசம்; தெய்வ வெறி" என்றாள்.

"எனக்கு உபந்நியாசங்கள் வேண்டாம். நீ எனக்கு வெறும் மோகினியாக இருந்தால் போதும்; உனக்கு நூற்றெட்டு நமஸ்காரம்" என்றேன்.

"நல்ல பேச்சுப் பேசுகிறாய்; கைகொடு" என்று கையைக் குலுக்கினாள்.

இப்படியெல்லாம் ஊஞ்சலில் உட்கார்ந்து ஏதேதோ பேசிக்கொண்டிருந்தபோது, பின்பக்கத்தினின்று ஒரு பெருங்காற்று கிளம்பிற்று. ஊஞ்சல் ஆடவே மோகினியின் தலைமயிர் அவிழ்ந்து இடுப்புவரையில் விழுந்தது. ஒவ்வொரு சமயம், காற்றின் வேகத்தில் சந்திரனை மறைக்கும் கருமேகங்கள்போல் தலைமயிர் அவள் முகத்தை மறைத்தது. அடடா! அந்த அழகே அழகு! காற்று ஓய்ந்ததும் காதற்கனல் வீசிற்று. உன்னிடம் சொல்ல வெட்கம் என்ன? ஒருவரை

ஒருவர் தழுவி முத்தமிட்டோம். அவளுடைய தலைமயிர் பாம்புகள்போல் என் முகத்தின் மீதும் தோள்களின் மீதும் விழுந்தன. அவளுடைய கண்களை, சந்திரனில்லாத இரவுகளில் தெரியும் கடலே போன்ற அவ்வாழ்ந்த கண்களைப் பார்த்தேன். அழகைக் கொள்ளையடிக்க முயன்றேன். அழகை மாத்திரம் வாரி எடுக்க முடிந்தால், ஆ! இப்படி இருப்பேனா!

ஊஞ்சல் முடிந்தது; "கிளியே! ஒரு பாட்டு" என்றேன்.

"எப்போதென்று காத்திருக்கிறேனே. இதோ நீ பாடும் தோரணையில் பாடுகிறேன், கேள்" என்றாள். எவ்வளவு ஆணித்தரமாகப் பாட்டு என் மனத்தில் பதிந்திருக்கிறது!

"காதலில் ஒன்றுபட்டுக்

கருத்தில் நாம் ஏகமாகிச்

சாதலை வெல்வோமடீ கிளியே

சாசுவத மாவோமடீ.

மரங்கள் வெளியிடையே

காற்றின் சதங்கையொலி

பரந்த ஒளிப்பாவையைக்-கிளியே

போற்றிப் புகழுதுபார்!"

இப்படிச் சில அடிகள் பாடுவதற்குள் மோகினி கீதம் இசைப்பதே மறந்து போயிற்று. அக்காட்டில் மர நிழலில் வானவெளியில் மதுர நிலவில் - எங்கும் காதலின் குரல்! காதலின் தீங்குரல்! அந்தத் தீஞ்சுவைக் குரலின் தேன்மடை வாயானான் பூர்ண சந்திரன். அந்த இன்னிசையின் அலை பரவி உலகைப் பரவசமாக்கிற்று. சில செடிகொடிகளின் மொட்டுக்கள் காதலின் புது வியப்பில் பூத்தன. மருதோன்றிப் பூவின் மணமும், பன்னீர்ப்பூவின் லாகிரியும், காட்டுப் புஷ்பங்களின் வாசனையும் காற்றில் மிதந்து வந்தன.

"ஒரு ராகம் பாடு" என்று மெய்மறந்து கெஞ்சினேன்.

"ஒரு பாட்டுப் போதாதோ?" என்று எடுத்தாள் மோகன ராகத்தை. அவள் பாடியது, அந்த ராகத்தில் தூங்கிக் கிடக்கும்

அவ்வளவு ரஞ்சனையும் பிரமிக்கும்படி எழுந்தது. நமது படு உலகின் வெறும் பேச்சுக்களுக்கு அப்பால், நமது அற்பர்களின் சிறு விதிகளுக்கும் 'பூச்சாண்டி'களுக்கும் அப்பால், வளர்தல், குறைதல், நிறைதல், மூத்தல் முதலிய ஜீவாவஸ்தைகளுக்கும் அப்பால் உள்ள சாவாக் காதலை, தெவிட்டா இன்பத்தை அப்பாட்டில் கண்டேன்; லயமடைந்தேன். ஆகா! என்ன பாக்கியம் எனக்கு! மோகினியும் மோகனமும்!

அந்தச் சோக மதுரத்தில் அப்படியே கண்ணயர்ந்து விட்டேன் போலும்! ஏனெனில் காலையில் விழித்தெழுந்தபோது என் பழைய மெத்தையிலேதான் படுத்திருந்தேன். வெகு வியப்பாக இருந்தது. வீட்டை விட்டுப் போனதென்னவோ வாஸ்தவம். மோகினியைப் பார்த்து, மோகன ராகத்தைக் கேட்டு மகிழ்ந்ததென்னவோ வாஸ்தவம். வீட்டுக்குத் திரும்பி வந்தது எப்படி? அதுதான் புரியவில்லை.

இன்று எழுந்திருந்தது முதல், நண்பா, எனக்கு இருப்புக் கொள்ளவில்லை; ஒன்றிலும் ருசியில்லை. அருவியின் கரையில் போய் உட்கார்ந்து, கூழாங்கற்களைப் பொறுக்கி ஜலத்தில் எறிந்த வண்ணமே பொழுதைப் போக்கினேன். தெளிவான அருவி ஜலத்தை மர நிழல் ஒரு புறத்தில் பாழ்படுத்துவதையும் மற்றொரு புறத்தில் வனப்புறச் செய்வதையும் பார்த்தேன். இயற்கை தேவி கூடவா என் மன நிலைமையைச் சித்திரித்துக் காட்டவேண்டும்?

சூரியன் உச்சிக்கு ஏறிய பிறகு கடனைத் தொலைக்க வேண்டுமே என்று குளித்தது போலவும் சாப்பிட்டது போலவும் பாவனை செய்தேன்.

மோகினியை ஒரு நிமிஷங்கூட மறக்க முடியவில்லை. இன்றிரவு தரிசனம் கிடைக்குமா என்ற ஏக்கம். இந்தத் தவிப்பை ஒருவாறு சாந்தப்படுத்துவதற்காகவே இதை எழுதத் தொடங்கினேன் என்றுகூடச் சொல்லலாம். இரண்டு மணிக்குத் தொடங்கிய காகிதம் இப்போது ஐந்து மணிக்குத்தான் முடிகிறது. மௌனமாகத் திகைத்து உட்கார்ந்திருந்த நிமிஷங்கள் எவ்வளவு! வானத்தின் நீலக்கூரையைப் பார்த்தவண்ணம் போனபொழுது எத்தனை!

நண்பா! நான் தன்னியன். பரம திருப்தி அடைந்திருக்கிறேன்... இல்லை; பரம அதிருப்தி அடைந்திருக்கிறேன். மோகினி மனம் வைத்தால்தான் பிழைப்பேன்.

நண்பன்,

கைலாசம்.

கடிதத்தைப் படித்ததும் எனக்குச் சந்தேகம் உண்டாகிவிட்டது. ‘கைலாசத்துக்குச் சித்தக் கோளாறா? அல்லது உண்மையில் ஏதேனும் திவ்வியப் பெண்ணைச் சந்தித்தானா? மோகினி என்றால் நோயல்லவா?’ என்று பலவாறு எண்ணினேன். நண்பன் கடிதத்தில் சொல்லியபடி என் மனம் பிரமாதமாக அலைபட்டது. கடிதத்தைத் திருப்பித் திருப்பிப் படித்தேன். படித்ததுதான் மிச்சம். அன்றைத் தினம் பாக்கிப் பொழுதை எப்படியோ தள்ளினேன்.

மறுநாளும் தபால்காரன் ஒரு கவர் கொடுத்துவிட்டுப் போனான். என் நண்பன் எழுத்து! ‘இன்னும் என்ன!’ என்று அவசரமாக உறையைக் ‘கோணா மாணா’ என்று கிழித்தேன்.

கோயம்புத்தூர்,

22-3-’33.

ஆருயிர் நண்பா,

மறுபடியும் மோகினியைப் பார்க்கும் பாக்கியம் பெற்றேன்.

நேற்று முன்னிரவிலேயே படுக்கை போட்டுவிட்டேன். இரவு பன்னிரண்டு மணி இருக்கலாமோ என்னவோ? முந்திய இரவின் இன்ப நாடகம் தொடங்கிற்று. வீட்டை விட்டு ஊஞ்சலை அடைந்தோம். “பகல் என்பதே இல்லாமல் செய்யக்கூடிய தந்திரம் உனக்குத் தெரியாதா?” என்று கேட்டேன்.

“சை! இவ்வளவுதானா? பகல் இரவு என்கிறாயே! உன் மையலில் அகப்பட்ட எனக்கு இரண்டுமே தெரியவில்லை... உங்களுக்கெல்லாம் ஒன்றிலும் தீவிரமென்பது இல்லைபோலும்!” என்று பதில் சொன்னாள்.

அவள் சொன்னதில் ஒரு பேருண்மை பதிந்து கிடக்கிறதல்லவா? தீவிரமென்பது மட்டும் இருந்துவிட்டால் இவ்வுலகை ஒரே இரவில் கவிழ்த்துக் கோணல்களைச் சீர்செய்து விடமாட்டோமா? சாவையும் அடிமைத்தனத்தையும் கொடுமைகளையும் பகற்கொள்ளைகளையும் வியாதிகளையும் பொசுக்கி நீடூழி இன்புற்ற வாழ்க்கையை ஆணித்தரமாக மண்மீது அமைத்துவிட மாட்டோமா? ஹூம்! உலகை ஒழுங்குபடுத்தும் திட்டம் போகட்டும்! மேலே சொல்லுகிறேன்.

அப்பால் பேச்சு நடுவில், "இங்கிருந்து நான் வீடு சென்றது எப்படி?" என்று கேட்டேன்.

"என் மோகனராகத்தைப் பரவசமாகப் பாடி முடித்த பிறகு உன்னைப் பார்த்தேன். நீ தூங்கிப் போயிருந்தாய். உன்னை எழுப்பிக் கைலாகு கொடுத்து மெதுவாக வீட்டுக்கு அழைத்துச் சென்றேன். ஞாபகமில்லையா உனக்கு? காதலின் மயக்கம் போலும்!" என்று விளக்கினாள் மோகினி.

நண்பா, காதலன் காதலி விஷயத்தை உலகோர் இழிவுபடுத்தியிருக்கும் நிலைமையில் அதைப்பற்றி நான் மூடத்தனமாக விஸ்தரிப்பேன் என்று எதிர்பார்க்காதே. காதல் மூடக்காரியந்தானே என்று பதில் சொல்லாதே. விவரிக்க நான் முயன்றாலும் காதலின் சைதன்யத்தை வார்த்தைகளால் வலைபோட்டுப் பிடிக்க இயலாது. சல்லடையில் எவ்வளவு ஜலம் தேங்கும்? ஆகையால் கொடுத்து வைத்த மகாராஜன் என்று என்னைப்பற்றி நினை. இன்றோடு வாழ்நாட்கள் முடிந்தாலும் அதிருப்தி அடையமாட்டேன். வாழ்க்கை பூர்ணமாகிவிட்டது. கடவுளின் திருவுளம்!

கைலாசம்.

இதைப் படித்ததும், காளிதாசனுடைய நாக்கில் காளிதேவி பீஜாக்ஷரத்தால் எழுதினாள் என்ற கதையின் உண்மை தெரிந்தது. இலக்கியத்தில் அதிகம் படிக்காத என் நண்பன் இவ்வாறெல்லாம் எழுதுவதென்றால் சௌந்தரிய லஹரியில் குளித்துத்தான் இருக்க வேண்டும். அழகு தெய்வம் அகத்தினுள் அடிவைத்துச் சென்றால், மனத்திலும் வாக்கிலும் விரலிலும் சிருஷ்டி

கற்பனையும் சௌந்தரியத் தீயும் நர்த்தனம் செய்யாவா? பேனா, உளி, ஓவியச் சலாகை, இசைக் கருவி ஏதானாலும் சரி; அவள் புகழைப் பற்றித்தான் பேசும். சந்தேகமென்ன? அவளுடைய திவ்விய சாயலைக் காவியத்திலும் ஓவியத்திலும் சிற்பத்திலும் சங்கீதத்திலும் அண்டத்திலும் பிண்டத்திலும் பிரகிருதியிலும் ஈசுவராதிகளிலும் கண்டு நாம் புளகாங்கிதம் அடையவில்லையா? 'கால் கட்டை விரல் வனப்பையே பார்த்து மயங்குகிறோமே, நேரே சல்லாபம் செய்த கைலாசம் எப்படித்தான் பேசமாட்டான்!' என்று எண்ணினேன். ஒவ்வொரு நாளும் இதைப் போன்ற கடிதம் படிக்கும் பாக்கியம் ஏற்பட்டால் இலக்கியத்தின் சிகரங்களைக் கண்டது போலத்தான்! 'இன்னும் தபாலில் எழுதியிருக்கக் கூடாதா?' என்று ஏங்கினேன்.

எனவே கடிதத்தை எதிர்பார்த்துக்கொண்டு மறுநாள் தபாலாபீசுக்கே போய்விட்டேன். தபால் இல்லை. அடுத்த நாள் போனேன். அன்றும் இல்லை. அதற்கடுத்த நாளும் அப்படியே. விளையாட்டுப்போல் பத்து நாட்கள் ஆயின. மனது உடைந்து போய்விட்டது. நண்பனுக்கு ஒரு தபால் எழுதிப் போட்டேன். அதற்குப் பத்து நாள் கழித்து ஒரு பதில் கிடைத்தது. நான்கே வரிகள்.

கோயம்புத்தூர்,

10-4-'33.

ஆருயிர் நண்பா,

மூன்று வாரமாக இன்ப நாடகம் ஓயவில்லை. இரண்டற்ற சௌந்தரியத்தில் ஒடுக்கம். தேனின் பிரதாபத்தைப் பற்றிச் சொல்லக்கூடுமா? கேட்டுத்தான் என்ன பயன்? ஒருவேளை இதெல்லாம் வெறும் பிதற்றல் என்று அலுப்பும் சலிப்பும் படுவாயோ என்றுதான் சும்மா இருந்தேன். மன்னிக்கவேண்டும்.

கைலாசம்.

இந்தக் கடிதத்தின் தொனி எனக்குப் பிடிக்கவில்லை. என்னை அகாரணமாகக் குற்றம் சாட்டியதுபோல் கைலாசம் எழுதியதால் அவன்மீது கொஞ்சம் மனத்தாங்கல் ஏற்பட்டது.

அதற்குப் பிறகு பத்து நாள் வரையில் யாதொரு தகவலும் இல்லை. அப்பால் ஒரு கடிதம் வந்தது. ஆனால் கைலாசத்தின் எழுத்தல்ல; நண்பனுடைய தாய்மாமன் சுந்தரப்பையர் எழுதியிருந்தார். அதில் என்னுடைய நண்பனுக்கு ஒரு மாதமாகச் சித்தஸ்வாதீனம் இல்லை என்றும், ஒரு வாரமாகப் பிரக்ஞையற்றுப்படுத்த படுக்கையாக இருப்பதாகவும் குறிப்பிட்டிருந்தார்.

என் நண்பன் மீதிருந்த சொற்பக் கோபமும் பறந்துவிட்டது. தாங்கொணாத் துக்கம் பிறந்தது. மறுநாள் கோயம்புத்தூருக்குக் கிளம்பிவிட்டேன்.

நான் சுந்தரப்பையர் வீட்டுக்குப் போனபோது முற்றத்தின் ஓரத்தில் அவர் கவலையுடன் உட்கார்ந்திருந்தார். “வா அப்பா” என்று வரவேற்றார். அதற்குப் பிறகு பத்து நிமிஷம் வரையில் நாங்கள் இருவரும் பேசவில்லை. அவ்வளவு சங்கடம் நெஞ்சில் குமுறிக்கொண்டிருந்தது. “பிறகு அவன் எங்கே?” என்றேன். காம்ரா உள்ளே சுட்டிக் காட்டினார். எழுந்திருந்து போய்ப் பார்த்தேன்.

ஒரு நாடாக் கட்டிலின்மீது அவன் படுத்திருந்தான். பெரிய கற்பாறைபோலத் தொங்கும் நெற்றியும், எழில் கொண்ட கண்களை எடுத்துக் காட்டும் மூக்கும், சுருட்டை சுருட்டையாகக் கறுப்புத் திராக்ஷை போன்ற தலைமயிரும், சதைப்பற்று கரைந்த உடலும் நெருப்பில் பாதிக்குமேல் எரிந்துபோன வீணை ஒன்றை ஞாபகமூட்டின. கவி ஒளியேனும் அறிவின் ஒளியேனும் வீசக்கூடும் என்று கருதப்படாத முகத்தில் அப்போது கவியின் களை பூர்ண மாகத் தேங்கியிருந்தது. கண்கள் மூடியிருந்தன.

சற்று நேரம் மௌனமாக உட்கார்ந்தேன். சுந்தரப்பையரும் சந்தடி செய்யாமல் என் அருகில் வந்து உட்கார்ந்தார்.

திடீரென்று கைலாசம் கண்விழித்தான். தலையணை மீதிருந்த தலையை நிமிர்த்திச் சுற்று முற்றும் பார்த்தான். “மோகினி! மோகினி!” என்று இருமுறை கூவினான். ஆ! தங்கக் கம்பிபோல் எப்படி இழைந்தது அவன் குரல்! காம்ரா உள்ளின் எதிரொலி, “மோகினி” என்று பதில் அளித்தது. மறுபடியும் “மோகினி!” என்றான்.

மாமனுக்குத் தாங்கவில்லை. “மோகினியாவதடா குழந்தாய்! நானல்லவா?... இதோ உன் உயிர்த் தோழன் சந்துரு. தெரியவில்லையா?” என்றார்.

பதில் இல்லை. கைலாசம் கீரைத்தண்டுபோல் தலையைத் துவளப்போட்டான். கண்களை மறுபடியும் மூடிக்கொண்டான். எங்களுக்கெல்லாம் பிரக்ஞையற்று இருந்தவன் பேசவாவது பேசினானே என்ற தேறுதல் ஒருபுறம்; பொருத்தமில்லாமல் அரற்றினானே என்ற திகில் ஒருபுறம். பிரமை பிடித்தவர்போல் பின்னும் சில நிமிஷங்கள் உட்கார்ந்திருந்தோம். அவன் தெளியும் வழியாக இல்லை.

அறையை விட்டு வெளியே வந்து உட்கார்ந்தோம். கைலாசம் எனக்கு எழுதிய கடிதங்களெல்லாம் வரி தவறாமல் நினைவுக்கு வந்தன. 'இவனுடைய தற்போதைய நிலைமைக்குக் கடிதங்களில் கண்ட விஷயங்கள் காரணமா சூசனையா?' என்ற கேள்வி உள்ளத்தில் பிறந்தது. ஒருவேளை கடிதங்களில் காணாத விஷயம் ஏதேனும் இருக்குமோ என்று நினைத்து, மாமனை விசாரித்தேன். அவர் சொன்னார்.

சென்ற ஒரு மாத காலமாக இவனுக்கு ஊண், உறக்கத்தில் அசிரத்தை ஏற்பட்டிருப்பதைக் கவனித்தேன். கலங்கும் உள்ளத்தை இவன் முகத்தில் கண்டேன்.

என் தமக்கை இறந்துபோன போதும், அவளுக்குப் பிறகு என் அத்திம்பேர் இறந்துபோன போதும் கைலாசத்தைக் காப்பாற்றி வருவேன் என்று கையடித்துச் சத்தியம் செய்துகொடுத்தவன் நானல்லவா? அந்த வாக்குத்தத்தத்தைத் தெய்வசாட்சியாக நிறைவேற்றி வருகையில் இவனுக்கு என்ன குறை இருக்கக்கூடும் என்று நான் யோசித்து யோசித்துப் பார்த்தேன்; ஒன்றும் விளங்க வில்லை.

இப்படி இருக்கும்போது ஒருநாள் இரவில் தெரு புறத்தில் யாரோ சண்டை போட்டார்கள், போய்ப் பார்த்ததில் விசேஷம் ஒன்றும் இல்லை. ஐந்தாறு வேலையாட்கள் போதை மயக்கத்தில் கொஞ்சம் உச்சஸ்தாயியில் பேசிக்கொண்டிருந்தனர். சரிதானென்று திரும்பிக் கதவைத் தாழிட்டுக்கொண்டு உள்ளே வந்தபோது இவனைப் படுக்கையில் காணவில்லை. ஒருவேளை கோவலன் நாடகம் பார்க்கப் போயிருக்கக்கூடுமென நினைத்தேன். மறுநாள் இரவில் பன்னிரண்டு மணி இருக்கலாம் கொல்லையில் பசுமாடு கத்த காரணம் என்னவென்று போய்ப் பார்த்துவிட்டுத் திரும்பிக் கூடத்துக்கு வந்தபோது, இவனைப் படுக்கையில் காணவில்லை.

'இது என்னடா! ஒரு நாள் ஆயிற்று; இரண்டு நாள் ஆயிற்று. ஒருவருடனும் சொல்லாமல் போய்விடுகிறானே' என்று வருத்த மடைந்தேன். 'பிரம்மசாரி நீதி தவறிவிட்டானோ?' என்று கூடச் சம்சயித்தேன். இருந்தாலும், அவனை நேருக்கு நேர் கேட்க என் மனம் இடந்தரவில்லை. ஒற்றன்போல் கண்டறிவோமென்று திடம் கொண்டேன்.

பத்து நாளைக்கு முந்தி வழக்கம்போல் தூங்கியவன் திடீரென்று எழுந்து யாருடனோ பேசிக்கொண்டே போவதுபோல் வெளியே போய்விட்டான். அவனைத் தடுக்க என் நா எழவில்லை. இது என்ன பைத்தியக்காரன் செயலாக இருக்கிறதே என்று நினைத்துக்கொண்டே தயங்கித் தயங்கி விடாமல் பின்தொடர்ந்தேன்.

கடைசியாகக் கைலாசம் நமது ஊர்க் காட்டை அடைந்து ஓர் ஆலமரத்தின் கீழ் ஊஞ்சலில் அமர்ந்தான். மாந்தோப்பில் ஆண் குயிலும் பெண் குயிலும் இசைந்து கத்தும் இன்ப ஏக்கத்தின் தொனியுடன் சரஸப் பேச்சுக்கள் பேசிக்கொண்டிருந்தான். ஆனால், பக்கத்தில் பெண் உருவம் யாதொன்றும் காணவில்லை. எனக்கு எப்படி இருக்கும்? யோசித்துப்பார்! நான் பார்ப்பது கனவா அல்லது கைலாசம் பித்தனா என்ற ஐயம் பிறந்தது. அடுத்தாற் போல் மனத்தில் பயம் எழுந்தது. நாக்குழற, 'கைலாசம்' என்று இருமுறை கூவினேன். அவன் திடுக்கிட்டு ஊஞ்சலினின்றும் தொப்பென்று கீழே விழுந்து மூர்ச்சையானான். ஓடிப்போய் அருவி ஜலத்தைக் கொணர்ந்து அவன் முகத்தில் அடித்தேன். கைலாசம் கண் திறந்தான். ஆள் குறிப்பு மட்டும் உணரவில்லை. பிறகு மெதுவாகக் கையைப் பிடித்து வீட்டுக்கு அழைத்து வந்தேன். அன்றிரவு கைலாசம் என்னுடன் மற்றொரு நிழல்போல் நடந்துவந்த காட்சி என் உயிருள்ளவரையில் மறக்காது. ஆ! அவன் படுக்கை யண்டை எவ்வளவு திகிலுடன் அன்றிரவு விழித்திருந்தேன்!

மறுநாள் காலை டாக்டரைக் கூப்பிட்டனுப்பி கைலாசத்தை அவர் வசம் ஒப்பித்தேன். டாக்டருக்கு ஒன்றும் விளங்கவில்லை. ஏதோ மனவியாதிபோல் இருக்கிறது என்றார்.

அவனை வீட்டுக்கு அழைத்துக்கொண்டு வந்ததுமுதல் இப்போது ஏதோ மோகினி என்றானே, இதைத் தவிர, இதுவரையில் ஒரு பேச்சுக்கூடப் பேசவில்லை. என்ன செய்யலாம், சந்துரு?

இந்த வரலாற்றைக் கேட்ட என் பிராணன் துடித்தது. பிரயோசனம்?

அன்று முழுவதும், கைக்கு எட்டாத தூரத்தில் வைத்திருக்கும் பழத்துக்கு முன்பு, குழந்தைகள் நின்றுகொண்டு பார்த்துப் பார்த்து ஏங்குவதுபோல் நான் கைலாசத்தின் படுக்கையண்டை உட்கார்ந்திருந்தேன். திரிகரண சுத்தியாக, 'ஈசா! கைலாசத்துக்குப் பிரக்ஞையைக் கொடு' என்று பிரார்த்தித்து மன்றாடினேன்.

மறுநாள் கடவுள் என் பிரார்த்தனைக்கு இரங்கினார். நான் கேட்டதைக் கொடுத்தார். ஆ! அவர் எவ்வளவு கணக்காளி! சுக்குச் செட்டி! மோசக்காரர் என்று இப்போது நினைக்கிறேன்.

ஆனால், அப்போது என்ன தெரியும்? கைலாசத்துக்குப் பிரக்ஞை வந்ததைப் பற்றி நாங்கள் கடவுளை வாயார வாழ்த்தினோம்.

நண்பன் என்னைப் பார்த்தான். வீட்டு க்ஷேமலாபங்களைப்பற்றி விசாரித்தான். அவனுடைய பேச்சு கணீரென்று இயற்கையாக இருந்தது. முகத்தில் நோயின் குறியைக் காணவில்லை. மறுபடியும் கடவுளின் கருணையை நினைத்துப் போற்றினேன்.

அன்றைத் தினம் சாயங்காலம் டாக்டர் வந்தார். கைலாசத்தைப் பரிசோதித்தார்; 'நாடிகளெல்லாம் இன்று கணீரென்று பேசுகின்றன. எனக்கு நிரம்பச் சந்தோஷம். நீங்கள் செய்த பூஜாபலன்" என்று ஆறுதலளிக்கும் பேச்சைக் காதில் போட்டார். அப்பாடா! என்றேன். சுந்தரப்பையரின் கண்களில் நீர் அரும்பிற்று.

டாக்டர் வந்துவிட்டுப்போன அடியோடு கைலாசம் என்னை அழைத்துக் கட்டிலை வெளியே முற்றத்தின் ஓரத்தில் எடுத்துப் போடச் சொன்னான். கட்டிலை எடுத்துப் போட்டதும், மெதுவாக நடந்து வந்து அதில் சாய்ந்து சிரமபரிகாரம் செய்துகொண்டான்.

அன்று பௌர்ணமி. வானம் முழுவதும் ஓர் எல்லையற்ற பால்குளமாக அமைந்திருந்தது. எட்டாக் கையில் தெரியும் மலைத்தொடர்கள் அந்தக் குளத்தின் கரைபோல் எழுந்தன. குளத்தில் மிதந்தது ஒரு பொன் தாமரை. நக்ஷத்திரங்களெல்லாம் புளிய இலைபோல் ஒளியின்றி இருந்தன. இளம் தென்றல் ஒன்று தன் பூங்கைகளால் மரங்களையும் மலர்களையும் மலைகளையும் குளங்களையும் ஒளியையும் வெளியையும் தழுவிச் சென்றது; முற்றத்தின் ஓரத்தில் படுத்திருந்த கைலாசத்தின் முகத்தையும் தடவிச் சென்றது.

நானும் சுந்தரப்பையரும் சந்தி செய்துகொண்டிருந்தோம். இருந்தாற்போல் இருந்து அமாவாசை இருட்டில் 'அவுட்' வாணம் விட்டதுபோல் கைலாசத்தின் குரல், "சாந்தமெங்கும் ததும்பி நிற்க" என்றது. நாங்கள் திடுக்கிட்டு அப்படியே தம்ளரைக் கீழே வைத்தோம். அவனைப் பார்த்தோம். அவனுடைய கண்கள் குத்தலிட்டிருந்தன. ஏதோ ஓர் உலகத்தில் லயித்த தோற்றம்! நாங்கள் கவனித்ததை அவன் சட்டை செய்யவில்லை. அவன் பாட்டுக்குப் பாடினான்:

"சாந்தமெங்கும் ததும்பி நிற்க
என்றன் காதலியே!- இம்
மனக்கடலில் புயலெழும்பிக்
கப்ப லுடைவதேன்?
தென்றல் வந்து மெல்லவீச
என்றன் காதலியே!- இத்
தென்னங்கீற்று வாள்களைப் போல்
உணர்வைத் துணிப்பதேன்?
உன்றன்முக பிம்பம்வந்து
என்முன் நிலவிட இம்
மெய்ம்மறந்த மனமெழுந்து
ஏங்கி மாய்வதேன்?
காக்கையொன்று நாளென் றெண்ணி
என்றன் காதலியே!- இவ்
வெள்ளை இரவில் வாயைத்திறந்து
அன்பை அழைப்பதேன்?"

திடீரென்று பாட்டு நின்றது. கைலாசத்தின் கண்களில் உலகு தோன்றிய நாளாய் உள்ள ஏக்கங்களும் பிரிவாற்றாமையும் சோகங்களும் ஒருங்கே சேர்ந்து பொங்கி வழிந்தன. சுந்தரப்பையரின் கண்களில் நீர் வடிந்தது. பாவம்! ஜன்னி பிறந்த பிறகு அடைக்கலம் கடவுள் தானே!

என் மனத்தில் விசித்திரமான முரண்பட்ட உணர்ச்சிகள்! யாப்பு லக்ஷணமில்லாத காதற்பாட்டில் இவ்வளவு நுண்ணிய காவ்ய பாவம் பொருந்தி இருக்கிறதே என்ற ஆச்சரியம் ஓர்பால்; தாங்கொணாத் துயரம் ஓர்பால்; எவ்வளவு எளிய மெட்டு என்ற மகிழ்ச்சி வேறு ஓர்பால்.

நேரம் சென்றது. அப்படியே பிரமையின் உருவச் சிலைபோல் உட்கார்ந்திருந்தோம்.

எங்கிருந்தோ வந்து காற்றுப் பிசாசுகள் சண்ட வலியுடன் உலகைத் தாக்கின. கருங்குரங்குக் கூட்டம்போல் நீருண்ட மேகங்கள் வானை வந்து மூடின. பூர்ணசந்திரன் இருந்த இடம் தெரியவில்லை. குடிகாரன்போல் இரண்டொரு இடி தட்டுத்தடுமாறிச் சென்றது. மின்னல் சவுக்கடி அடித்தது.

மழை வருமோ என்று பயந்து முற்றத்தின் ஓரத்திலிருந்த கட்டிலை அப்படியே காம்ரா உள்ளில் கொண்டு போய்ச் சேர்த்தோம். ஆச்சரியப்படும்படி கைலாசம் கட்டிலை விட்டு வெளியே முற்றத்தின் ஓரத்தில் வந்து நின்றான். அவனுக்கு உள்ளே இருக்க இஷ்டமில்லை என்பது வெளிப்படை. எங்களுக்குப் பிடிவாதம் செய்ய மனம் வரவில்லை. மறுபடியும் கட்டிலை வெளியே கொணர்ந்து சுவரோரத்தில் போட்டோம். நண்பன் 'சிவனே' என்று அதில் படுத்துக்கொண்டான்.

எங்களுக்குத் திகில். இரவு நல்லபடியாகக் கழியவேண்டுமே என்ற பிரார்த்தனை. நாங்கள் கட்டிலண்டை விழித்திருந்தோம்.

ஜோவென்று மழை பிடித்துக்கொண்டது. மறுநாள் அதிகாலை வரையில் பொழிந்தது. இரவு முழுவதும் கைலாசம் மழையைப் பார்த்துப் புன்னகை புரிந்தான்; மின்னலைப் பார்த்துச் சிரித்தான்.

நான்காம் ஜாமம். சுந்தரப்பையர் தரையில் தூங்கிக் கொண்டிருந்தார். நான் விழித்துக்கொண்டுதான் இருந்தேன். அவ்வளவு உஷாராயிருந்துங்கூடத் தூக்கம் முண்டிற்று; சவத்தின் தலைபோல் என் தலை ஒருபக்கமாகச் சாய ஆரம்பித்தது. முகத்தை ஜலத்தால் துடைத்துக்கொண்டு நிமிர்ந்து உட்கார்ந்தேன். என்ன ஆயிற்றோ தெரியவில்லை! மறுபடி திடுக்கிட்டுக் கண் விழித்தபோது மழையின் ஓசை கேட்கவில்லை. மேகங்கள் கலைந்து கொண்டிருந்தன. நாடாக் கட்டில் காலியாக இருந்தது.

என் மனம் எப்படி இருந்திருக்கும்? மாமனை எழுப்பாமல் கைலாசத்தை வீட்டில் தேடினேன். பிறகு அவரை எழுப்பி இருவருமாகத் தேடினோம். பலனில்லை. பளிச்சென்று என் மனத்தில் ஓர் எண்ணம் பிறந்தது. அவரிடம் சொன்னேன்.

உடனே இருவருமாகக் கிளம்பி ஆலமரத்தண்டை போய்ச் சேர்ந்தோம். ஈரத் தரைமீது கைலாசம் படுத்துக்கிடந்தான். கண்கள் மூடி இருந்தன. இரண்டு கையிலும் இரண்டு தாமரை. எங்கே சம்பாதித்தானோ? வாயும் ஒரு தாமரை. முகத்தில் கனிந்த சாந்தம்.

எங்கள் நெஞ்சம் அடைத்தது.

கிழக்கில் பொழுது கவலையின்றி விடிந்துகொண்டிருந்தது. ஆனால் எங்களுக்கு மட்டும் விடியவில்லை!

இன்றுடன் சரியாக ஒரு வருஷம் ஆகிறது.

மாங்காய்த் தலை

இரண்டு பிச்சைக்காரர்கள் அந்த ஊருக்கு வந்திருந்தார்கள். மனிதனுடைய தர்ம சிந்தனையைத் தூண்டி வளர்த்து நிலைக்கச் செய்யும் பிரசாரத்தை ஒரு மாதமாக ஒருவன் செய்து வந்தான். நாச்சி ஒரு குரங்காட்டி. அவனிடம் இருந்தது பெண் குரங்கு. குரங்குக்குப் பாவாடை, ரவிக்கை எல்லாம் உண்டு. பெண் குரங்காக இருந்தாலும் லங்காப் பட்டணம் தாண்டும்; மாடு மேய்க்கும்; பிசாசு ஆடும்; மாமியார் வீட்டுக்குத் தண்ணீர் கொண்டு வரும். அப்பொழுது நடுவழியில் பானையைப் போட்டு உடைத்துவிடும் காட்சி மிகவும் தமாஷாய் இருக்கும். அந்த வேடிக்கைக்கு அடுத்தபடியாகக் குரங்கு கையை நீட்டும் அதில் காசு நிரம்பாமல் போகாது.

மற்றொரு பிச்சைக்காரன் ஊருக்கு வந்து மூன்று மாதங்கள் ஆயின. ஆனால் அவனிடம் குரங்கு இல்லை. குரங்கைவிட விநோதமான ஒன்றை வைத்திருந்தான். அதை ஒரு பிராணி என்றுதான் சொல்ல வேண்டும். நாலடி உயரந்தான் இருக்கும். தலை மாங்காய்த்தலை; தேங்காய்த்தலை என்றும் வைத்துக்கொள்ளலாம். சாமியார் மாதிரி மொட்டை உடம்பெல்லாம் விபூதியைத் தண்ணீரில் கரைத்துப் பூசி இருக்கும். நெற்றியை அடைத்து ஒரு பெரிய தென்கலை நாமம் போட்டிருக்கும். வயிற்றை அடைத்தும் ஒன்றிருக்கும். உடம்பெல்லாம் சதைப்பற்று இல்லாமல் ஓணான் மாதிரி இருக்கும். இடுப்பில் ஒரு லங்கோடு, அது பேசாது. ஏதோ சத்தம் செய்யும். அந்தப் பிராணியை எல்லாரும் பார்த்து இருக்கலாம். அதைக்

கடைக்குக் கடை கொண்டுபோய் நிறுத்தினாலே போதும்; கும்பல் சேர்ந்துவிடும். குரங்கு மாதிரி சேஷ்டை செய்து கத்தினால் கேட்பானேன்? கடை வியாபாரத்துக்கு வந்த இடைஞ்சலைத் தவிர்க்கவென்றே கடைக்காரன் காசு கொடுத்து விரட்டி விடுவான். இந்த விநோதப் பிராணியை வைத்திருக்கும் பேச்சிக்கு என்ன பஞ்சம்? குரங்காட்டியைவிடப் பணக்காரன்.

இந்த இரண்டு பிச்சைக்காரர்களும் ஆற்றங்கரை மண்டபத்தில்தான் தங்கி இருந்தார்கள். பகல் முழுவதும் ஊர் சுற்றிப் பிச்சை எடுப்பது, சாயங்காலமாக ஆற்றங்கரைக்கு வந்து சுள்ளி, சிப்பிகளைப் பொறுக்கிச் சோறு பொங்கித் தின்பது, பிறகு உலகத்தின் மாயையைப் பற்றிப் பாடுவது, பேசுவது இதுதான் நிகழ்ச்சி முறை. ஆனால் ஒரு வித்தியாசம்; பேச்சி, சோறு தின்ற பிறகு நாள் தவறாமல் கஞ்சா குடிப்பான் பணக்காரப் பிச்சைக்காரன் அல்லவா? குரங்காட்டி இரண்டிலே மூன்றிலே பீடி குடிப்பான். மற்றபடி அவர்கள் ஒற்றுமையாகத்தான் இருந்தார்கள்.

இந்த ஒற்றுமைக்கு உலை வைத்தது மாங்காய்த் தலை. அதற்குப் பேச வாய் இல்லாவிட்டாலும் தின்ன வயிறு உண்டு என்பது பேச்சிக்குத் தெரியவில்லை. அதனால்தான் வினை விளைந்தது. மாங்காய்த் தலையைக் கடைத்தெரு வழியாக ஒருதரம் அழைத்துச் சென்றால் ஒரு பத்து வாழைப்பழமோ எதுவோ கிடைக்காமல் இருக்காது. இதெல்லாம் மாங்காய்த் தலைக்கு இனாம் என்ற உண்மை அந்தப் பிராணிக்கு எப்படியோ தெரியும். பேச்சி மட்டும் உணரவில்லை. இல்லாவிட்டால் அவ்வளவையும் அந்தப் பிராணிக்கே கொடுத்துவிடமாட்டானா? அவன் அப்படிச் செய்வதில்லை. ஒன்றிரண்டு கொடுப்பான். இன்னொன்று என்று பிராணி கையை நீட்டினால் அதன் கையைப் பிடித்துத் தள்ளுவான். பிடிவாதம் பிடித்தால் அடித்துவிடுவான். இருந்த போதிலும் பழத்தையெல்லாம் பேச்சியால் தின்றுவிட முடியுமா?

இந்த வரும்படியைச் சாக்கிட்டுத்தான் வெற்றிலை பாக்குக் கடைச் சூரப்பன் பழக்கமானான். கடைத்தெரு மூலையில் ஒரு பெட்டிக்கடையில் சாமான் ஒன்றும் அதிகமாக இல்லை. வெற்றிலை, பாக்கு, பழம், புகையிலை, சுருட்டு, பீடி, சர்பத் பாட்டல், பெட்ரூம் விளக்கு, தெருப்புழுதி இவ்வளவுதான். ஊருக்கு வந்த புதிதில், மாங்காய்த் தலையைக் கூட்டிக்கொண்டு

சாயங்காலமாக ஆற்றங்கரைக்குத் திரும்பும் பொழுது பேச்சியிடம் இருபது வாழைப்பழம் இருந்தன. என்ன செய்வதென்று புரியவில்லை. சூரப்பன் பெட்டிக்கடை தென்பட்டதும், "ஐயா, வாழைப்பழம் வேணுமா?" என்று கேட்டான். பிச்சைக்காரனையும் மாங்காய்த் தலையையும் ஏற இறங்கப் பார்த்துவிட்டுச் சூரப்பன் வேண்டாமென்று தலையை ஆட்டினான்.

"குடுக்கிறதைக் குடுங்க."

"ஒரு அணாத் தருவேன்."

"காலணா சேர்த்துக் குடுங்க."

வாங்கும் பொருளின் விலை சூரப்பனுக்குத் தெரியும். அதில் என்ன லாபம் வரும் என்றும் தெரியும். ஆகையால் ஒரு காலணா சேர்த்துக் கொடுத்து வாங்கிக்கொண்டான்.

அன்று முதல் பேச்சி, சூரப்பன் கடைக்குச் சாயங்காலமாக வரத் தவறுவதில்லை. என்ன சாமான் அன்றன்று கிடைக்கிறதோ அதைச் சூரப்பன் கடையில் போட்டுவிட்டு ஓரணாவோ இரண்டணாவோ வாங்கிக்கொண்டு போய்விடுவான்.

இந்தப் பழக்கத்தினால் ஒரு பேரங்கூட அவர்களுக்குள் தகைந்து விட்டது. பேச்சி, தான் தினம் சம்பாதிக்கும் சாமான்களைக் கடையில் போடுவதுடன் சம்பாதிக்கும் காசையும் கொடுத்துவிட வேண்டியது. சூரப்பன் காண்டிராக்டராக ஒரு நாளைக்கு ஒன்றரை ரூபாய் வீதம் அவனுக்குக் கொடுத்துவிட வேண்டியது. தினசரி சம்பாத்தியம் கூடுதலாய் இருந்தாலும் குறைவாய் இருந்தாலும் பேச்சிக்கு அதில் சம்பந்தம் இல்லை. பேச்சிக்கு இந்த ஒப்பந்தம் பிடித்துவிட்டது. அப்படித்தான் இரண்டு மாதமாக நடந்து வந்தது.

குரங்காட்டி வந்த பிறகுதான் சிக்கல் உண்டாயிற்று. குரங்காட்டி தினசரி வேடிக்கை காட்டிவிட்டுச் சாயங்காலமாக ஆற்றங்கரைக்கு வருவான். ஓர் ஆணியில் குரங்கைக் கட்டிப் போட்டுவிட்டு அன்றைக்குக் கிடைத்த பட்டாணிக் கடலையையோ பழத்தையோ அதன் முன் போடுவான். அது தின்றுகொண்டிருக்கும். அவன் சோறாக்கத் தொடங்குவான். அநேகமாக இதே வேளைக்குப் பேச்சி தன் வேடிக்கைப் பிராணியுடன் திரும்பிவிடுவான். வந்தவுடனே

குளித்துவிட்டுச் சோறாக்கும் வேலையைக் கவனிப்பான். மாங்காய்தலை விட்ட இடத்திலேயே நின்றுகொண்டிருக்கும்; அல்லது பழந்துணி மாதிரி சவுங்கிப்போய்க் கிடக்கும்.

குரங்காட்டி வந்த ஒரு வாரம் வரையில் எவ்வித மாறுதலும் இல்லை. அதற்குப் பிறகு ஒருநாள், பேச்சி, சோறாக்கி முடித்து விட்டு மாங்காய்த் தலையை நோக்கி வந்தான். மாங்காய்த் தலையைக் காணவில்லை. ஒரு விநாடி திகைத்துப் போய்விட்டான். பிறகு மண்டபத்துக் கோடித்திருப்பத்தில் குரங்காட்டி சோறாக்கும் இடத்துக்குப் போய்ப் பார்த்தான். மாங்காய்த் தலை குரங்கின் அருகில் உட்கார்ந்து பட்டாணிக் கடலையைத் தின்று கொண்டிருந்தது. பேச்சி, மாங்காய்த் தலையைத் தரதரவென்று இழுத்துக் கொண்டு தன்னிடத்துக்குத் திரும்பினான். இந்த மாதிரி சம்பவம் அதற்குப் பிறகு சகஜமாகிவிட்டது.

இதிலிருந்து பேச்சிக்கும் நாச்சிக்கும் இடையே உள்ளூர ஒரு புகைச்சல் உண்டாகிவிட்டது. ஏதோ மந்திரம் போட்டு மாங்காய்த் தலையை நாச்சி கலைப்பதாகப் பேச்சி நினைத்தான். நாச்சிக்கு வேறு விதத்தில் குறுகுறுப்பு உண்டாயிற்று. குரங்குக்குப் போட்டிருக்கும் உணவுப் பொருள்களை எல்லாம் தினம் தவறாமல் மாங்காய்த் தலை தின்றுவிடுவதில் நாச்சிக்கு மனம் இல்லை. அதற்குக் கிடைப்பதை அதற்குப் போடாமல் கஞ்சாப் புகையாக்கிவிடும் வேலையை அவன் வெறுத்தான். ஆனால் அதற்காகச் சண்டைபோட முடியுமா?

எனவே குரங்காட்டி மண்டபத்துக்கு வருவதைத் திடீரென்று நிறுத்திவிட்டான். ஆற்றுக்குத் கீழண்டைப் பக்கத்திருந்து பிரிந்து செல்லும் ஒரு வாய்க்காலின் கரையில் அரசமரத்தடியில் தங்க ஆரம்பித்தான். குரங்காட்டி ஊரைவிட்டுப் போய்விட்டான் போல் இருக்கிறது என்றுதான் பேச்சி முதலில் நினைத்தான். ஒரு வாரத்துக்குப் பிறகு தற்செயலாகப் பேச்சி, மாங்காய்த் தலையுடன் வாய்க்கால் கரை ஓரமாக வர நேர்ந்த பொழுது தான் உண்மை தெரிந்தது.

“ஊரை விட்டுப் போயிட்டேன்னு அல்ல நினைச்சேன்! அண்ணன் தம்பி சண்டை வந்தா செய்வாங்களே. அந்த மாதிரி செஞ்சுட்டியே!”

“நானும் நீயும் அண்ணன் தம்பியா?” என்று நாச்சி சிரித்தான். குரங்காட்டி உண்மையைச் சொல்லவில்லை. வெறுமனே பேசி மெழுகிவிட்டான்.

அதற்குப் பிறகு பலதரம் அந்த வழியே மாங்காய்த் தலையை அழைத்துக்கொண்டு பேச்சி போய் வந்தான். குரங்காட்டி அங்கே தான் இருந்தான். மாங்காய்த் தலைக்கு அந்த வழியே போவதில் விருப்பம் இருப்பது போல் கூடப் பேச்சிக்குப்பட்டது. காரணம் மட்டும் விளங்கவில்லை.

பத்து நாள் கழிந்திருக்கும். வழக்கம் போல் பகலில் சம்பாதித்து விட்டுச் சாயங்காலமாகப் பேச்சி ஆற்றங்கரை மண்டபத்தில் சோறாக்கித் தின்றான். பிறகு மாங்காய்த் தலைக்கும் போட்டுவிட்டுத் தூங்கிப் போனான்.

மறுநாள் காலை எழுந்தபோது திக் என்றது. மாங்காய்த் தலையைக் காணவில்லை. முதல் இல்லாவிட்டால் எப்படித் தொழில் செய்ய முடியும்? மண்டபத்தை விட்டு இறங்கிச் சுற்றுமுற்றும் பார்த்தான்; காணவில்லை. ஒரு யோசனை தோன்றிற்று. வேகமாக வாய்க்கால் கரைக்குப் புறப்பட்டான். நினைத்தபடிதான் இருந்தது. குரங்கின் அருகில் மாங்காய்த் தலை வாழைப்பழத் தோலை தின்று கொண்டிருந்தது. பேச்சிக்கு அளவுகடந்த கோபம் வந்துவிட்டது.

“ஏண்டா திருட்டுப் பயலே, ஏண்டா இவனைக் களவாண்டுக்கிட்டு வந்தே?” என்று குரங்காட்டியைச் சண்டைபிடிக்கத் தொடங்கினான். குரங்காட்டி பதிலுக்குச் சண்டைபிடிக்கவில்லை.

“நானா களவாண்டுக்கிட்டு வந்தேன்? பைத்தியமா? நேத்து ராத்திரி பாதி ஜாமத்திலே நான் எளுந்திரிச்சேன். பார்த்தால் என் குரங்குக்குப் பக்கத்திலே இந்த மாங்காய்த் தலையும் படுத்துக் கிடந்துச்சு. அது எப்போ வந்துச்சு, எப்படி வந்துச்சுன்னு எனக்குத் தெரியாது. சத்தியமாச் சொல்றேன். நீ அழைச்சுக்கிட்டுப் போயிடு…”

இதைக் கேட்டதும் பேச்சிக்குக் கெட்ட கோபம் வந்துவிட்டது. ஒரு சுள்ளியை எடுத்து மாங்காய்த் தலையை இரண்டு வாங்கு வாங்கினான். மாங்காய்த் தலை முகத்தைச் சுளித்துக்கொண்டு ஏதோ ஒரு மாதிரியான சத்தத்தைக் கிளப்பிற்று. அதிகமாக

அடிக்கவும் பயம், மாங்காய்த் தலையின் கையைப் பேச்சி பிடித்தான். அது நகரவில்லை; நகருவதாகவும் தெரியவில்லை. இழுத்துக்கொண்டு நடக்க முயன்றான். தொப்பென்று கீழே விழுந்து படுத்துக்கொண்டு விட்டது. தூக்கி நிறுத்த முயன்றான். கையைக் கடித்தது.

பேச்சிக்குப் பெருத்த பயம் உண்டாக்கிவிட்டது. மெதுவாக தாஜா செய்து பார்த்தான். மாங்காய்த் தலை கடிக்கும் ரீதியிலேயே இருந்தது.

"இதுக்கு என்னவோ கோவம்" என்றான் நாச்சி.

"அது என்ன எழவோ! எனக்கு ஒண்ணுமே புரியல்லே. ஆறு வருசத்துக்கு முந்தி ஒரு பொம்புள்ளே வந்து சேந்தா. அவளோட மவன் இது. இதை அவளுக்குப் பிடிக்கவே இல்லே. சொல்லாமெ கொள்ளாமெ ஒருநாள் ராத்திரி இதை விட்டுட்டு ஓடிப் போயிட்டா. அப்பவே பிடிச்சு இதை வச்சுப் புழைச்சுக்கிட்டு வாரேன். அதுக்கு முந்தி ஒன்னைப்போல நானும் குரங்காட்டிதான். இப்போ என் பொழப்பு என்ன ஆறது?"

"ஆனா இது ஒன் மவன் இல்லையா? அதுதான் ஒட்டாமெ இருக்குது. போவுது; என்ன மூழ்கிப்போச்சு."

"அதுதான் புரியல்லே. நல்லா இருந்தா நாலு போட்டு இழுத்து விட்டுப் போயிடலாம். அடிச்சா வாயை விட்டுச்சுன்னா? என் பொழப்பு என்ன ஆவறது?"

"நான் ஒண்ணு சொல்றேன்; கேளு. என் குரங்கை உன்கிட்டக் குடுத்துடறேன். பொழப்பு நடந்துபோகும், கஞ்சா பிடிக்க முடியாது. நான் இதை வச்சுக்கிடறேன்."

பேச்சி யோசித்தான். வேறு வழி தோன்றவில்லை. குரங்கைப் பிடித்துக்கொண்டு போய்விட்டான்.

அன்று சுற்றினதில் இரண்டு படி அரிசியும் நாலணாக் காசும் பேச்சிக்குக் கிடைத்தன. வழக்கம்போல் சூரப்பன் கடைக்கு முன்பு போய் நின்றான்.

கடைக்காரன் திகைப்புடன் பார்த்தான். "ஏண்டா குரங்காட்டி ஆயிட்டே? அது எங்கே?" என்று கவலையுடன் விசாரித்தான்.

பேச்சி நடந்ததையெல்லாம் சொல்லிவிட்டு அரிசியையும் காசையும் கீழே வைத்தான்.

சூரப்பன் பெரிய கில்லாடி, இனிமே பழைய பேரம் நடக்காது. தம்பி, அது மாங்காய்த் தலையோடே போயிடுச்சு. ஓம் பேரிலே ஏழு ரூபாய் அதிகம் பத்து ஆயிடுச்சு. அதுக்காக இதை இன்னிக்கு எடுத்துக்கிடறேன். பாக்கியைக் கொண்ணாந்து வச்சுட்டு ஊருக்குப் போ என்று சொல்லிவிட்டுக் குரங்கைப் பிடித்துப் பந்தற்காலில் கட்டிப் போட்டான்.

"நான் பணம் கொடுக்கணுமா? இருக்காதே" என்றான் பேச்சி திகிலுடன்.

"அப்போ நான் பொய்க்கணக்கு எழுதி வச்சிருக்கிறேன் என்கிறாயா?"

சூரப்பனைப் பற்றிப் பேச்சிக்கு நன்றாகத் தெரியும்.

"அவ்வளவு இருக்காதேன்னுதான் சொன்னேன். நீங்கதான் சொல்றீங்களே, பணத்தைக் குடுத்துட்டு ஊருக்குப் போறேன்.' ஹனுமார் அறியச் சத்தியம்."

"அந்தச் சத்தியம் கித்தியம் எல்லாம் நமக்கு வேணாம். மரியாதையாகக் காசைக் கீழே வச்சுடு. அவ்வளவுதான்."

"நான் எப்படிச் செய்வேனுங்க? குரங்கைக் கூடப் பந்தக்காலிலே கட்டிப் போட்டுட்டீங்களே!" என்று சொல்லிக்கொண்டே கையெடுத்துக் கும்பிட்டான்.

"அப்போ நான் சொல்றதைக் கேளு. நாளைக்கு நான் ஒரு மனு எழுதித் தாரேன், பெரிய மேஸ்டிரிட் ஆபீசுக்கு நாளைக் காலை பத்து மணிக்கு வா, நானும் வாரேன். பிராது குடுக்கிற பேரெல்லாம் குடுக்கலாம்ன்னு வில்லை போட்ட சேவுகன் ஒத்தன் கத்துவான். அப்போ இந்தக் கடுதாசை எஜமான்கிட்டக் கொண்டு போய்க் கொடு. பிறகு அங்கேயே இரு. எஜமான் கூப்பிட்டுக் கேப்பாரு. என்கிட்ட இருந்த ஆளைத் திருடிக்கிட்டுப் போயிட்டான்; என் பொழப்பே மண்ணாயிடுச்சுன்னு அழு. அப்புறம் பாரேன்."

"பிச்சைக்காரனுக்கு இதெல்லாம் என்னாத்துக்குங்க?"

"அப்பொ மாங்காய்த் தலைக்குப் போடற நாமத்தை எனக்குப் போடப் பாக்கிறே!"

பேச்சிக்கு ஒன்றும் பதில் சொல்லத் தெரியவில்லை. காலையில் கடைக்கு வரேனுங்க. நீங்க சொல்றதைச் செய்யறேன்."

"சரி, குரங்கைப் பிடிச்சுக்கிட்டுப் போ" என்று சூரப்பன் உத்தரவு கொடுத்தான்.

பேச்சி குரங்கைப் பிடித்துக்கொண்டு வாய்க்கால் கரை வழியே போனான். வாய்க்கால் கரையில் அரசமரத்தடியில் நாச்சியையோ மாங்காய்த் தலையையோ காணவில்லை. வியப்பாக இருந்தது. அப்படியே தன் மண்டபத்துக்குக் குரங்கை அழைத்துக்கொண்டு போய்ச் சோறாக்கித் தின்றான். பிறகு அவர்கள் எங்கே போய் இருப்பார்கள் என்ற கவலை பேச்சியைத் தொளைத்தது. இரவில் ஒருதரம் போய்ப் பார்த்தான். அப்பொழுதும் காணவில்லை. பிச்சைக்காரர்கள் தங்கக்கூடிய ஒவ்வோர் இடத்தையும் சலித்துப் பார்த்தான். எங்கும் காணவில்லை. மிகவும் அயர்ந்து திரும்பும் போது ஒரு பெருமாள் மாட்டுக்காரன் விஷயத்தைச் சொன்னான். அவர்கள் காலையில் அடுத்த ஊருக்கு ரெயிலில் போய்விட்டதாகச் சொன்னான்.

இந்தத் தகவலைக் கேட்டதும் பேச்சிக்கு உயிரே போய்விட்டது. நேரே கடைத் தெருவுக்குப் போய்ச் சூரப்பனிடம் விஷயத்தைத் தெரிவித்தான்.

"என்னைப் பிடுச்சுக்கோன்னு திருடன் எதிர்த்தாப்போல உக்காந்திருப்பானா? காலையிலே மனு குடுக்கணும்னேன். சரி இன்னே இப்போ அழிச்சுப் பேசத் தந்திரம் பண்றே" என்று சூரப்பன் உறுமினான்.

"ஐயோ சாமி, அதெல்லாம் எனக்குத் தெரியாதுங்க. நீங்க சொல்றபடி நாளைக்கு வந்தூடறேனுங்க" என்று கும்பிடு போட்டு விட்டுப் போய்விட்டான்.

மறுநாள் காலை பத்து மணிக்குப் பெரிய 'மேஸ்டிரிட்' கோர்ட்டு வாசலில் சூரப்பனும் பிச்சைக்காரனும் கூட்டத்தில் தென்பட்டார்கள். பேச்சி கையில் ஒரு மனு இருந்தது. கோர்ட்டுச் சேவகன் வழக்கம்போல் மும்முறை கூவினான். பேச்சி விழித்துக்கொண்டு இருந்தானே ஒழிய நகரவில்லை. சூரப்பன் முதுகில் கையைக் கொடுத்து முன்னே தள்ளிவிட்ட பிறகுதான் பேச்சி விழிப்படைந்து மனுவைக் கொண்டு போய்

மாஜிஸ்டிரேட்டிடம் கொடுத்தான். மாஜிஸ்டிரேட் அவனை ஆச்சரியத்துடன் பார்த்துவிட்டு மனுவை வாங்கி வைத்துக் கொண்டார். பிறகு மாஜிஸ்டிரேட் ஒவ்வொரு நபராகக் கூப்பிட்டு ஏதோ கேள்விகள் கேட்பதும் உத்தரவு போடுவதுமாக இருந்தார். பேச்சிக்கு ஒன்றும் விளங்கவில்லை. சுவரில் சாய்ந்தாலுங்கூடக் குற்றம் என்று நினைத்துக்கொண்டோ என்னவோ கால் கடுக்க நின்றுகொண்டிருந்தான்.

மாஜிஸ்டிரேட் பேச்சியைக் கூப்பிட்டார். பேச்சி கைகால் நடுங்க முன்னே போய் நின்றான். மாஜிஸ்டிரேட் கேள்விகள் கேட்க இவன் பதில் சொல்லிக்கொண்டு வந்தான். சூரப்பன் கோர்ட்டுக்கு வெளியே ஜன்னலண்டை நின்றுகொண்டு இதை எல்லாம் கவனித்துக்கொண்டிருந்தான். ஆகையால் நடந்ததை நடந்தபடி சொல்லாமல் சூரப்பன் சொல்லிக்கொடுத்த பாடத்தை பேச்சி ஒப்பித்தான். மாஜிஸ்டிரேட் போலீஸ்காரருக்கு ஆங்கிலத்தில் ஏதோ உத்தரவிட்டார். சூரப்பனுக்கோ பேச்சிக்கோ ஒன்றும் புரியவில்லை. சேவகன் பேச்சியை வெளியே போகலாம் என்று ஜாடை காட்டினான். பேச்சி வெளியே வந்து வாதாமரத்தடியில் சூரப்பனுடன் நின்று பேசிக்கொண்டிருந்தான். அப்பொழுது இரண்டு போலீஸ்காரர்கள் வந்து விஷயத்தைக் கேட்டுத் தெரிந்து கொண்டார்கள். சொன்னதெல்லாம் சூரப்பன்தான். “உடனே ரெயிலில் புறப்பட்டுப் போய் அந்த ஆளைக் கொண்டுவர வேண்டும் என்று உத்தரவு” என்று சொல்லிவிட்டுப் பேச்சியை அழைத்துக்கொண்டு அவர்கள் ரெயிலில் கிளம்பிவிட்டார்கள்.

அடுத்த ஊரில் மாங்காய்த் தலை ஒரு கும்பலின் நடுவில் நின்று கொண்டிருந்தது. போலீஸ்காரர்கள் அதை நாச்சியுடன் அழைத்துக் கொண்டு மறுநாள் மாஜிஸ்டிரேட்டின் முன் ஆஜர் செய்தார்கள். அந்த ஆளைப் பார்த்த பிறகுதான் வழக்கின் விசித்திரத்தன்மை மாஜிஸ்டிரேட்டுக்கு விளங்கிற்று. சட்டப்படிக்கு உள்ள சிக்கல்களும் விளங்கின.

“ஏய், உன் பேர் என்ன?”

மாங்காய்த் தலை நின்றுகொண்டிருந்தது. மாஜிஸ்டிரேட் இரண்டு மூன்று தடவை கேட்டார். பதிலைக் காணவில்லை.

“ஊமை வேஷம் போடச் சொல்லிக்கொடுத்திருக்கிறானா?”

"இல்லிங்க, அது பேசாது" என்றான் பேச்சி.

"இதை யார் வச்சுக்கிறது. கேஸ் முடியும் வரையில்?"

"எஜமான் சொல்படி."

நாச்சியிடமே மாங்காய்த் தலையை ஒப்படைத்துவிட்டு ஒரு வாரம் கழித்து விசாரணையை ஒத்திப் போட்டார் மாஜிஸ்டிரேட்.

ஒரு வாரம் கழித்து நடந்த விசாரணையில் பேச்சி தரப்பில் சூரப்பன்தான் சாட்சி. எதிரி நாச்சிக்கு சாட்சியும் இல்லை; வக்கீலும் இல்லை. ஆனால் பேச்சிக்கு ஒரு வியப்படைந்தார். சூரப்பன் சாட்சியத்தைக் கேட்ட பிறகுதான் அவருக்கு உண்மை புலப்பட்டது. கேஸ் முடிவதற்கும் அவர் தீர்ப்பு எழுதுவதற்கும் வெகு நேரம் பிடிக்கவில்லை. மாஜிஸ்டிரேட் செய்த தீர்ப்பு இது தான்.

"இது ஒரு விநோதமான வழக்கு. சாதாரணமாகச் சொத்துரிமையிலிருந்து சிவில் குற்றங்கள் கிளைப்பதுண்டு. அதுபோலவே கிரிமினல் குற்றங்களும் கிளைப்பதுண்டு. மனிதனுடைய அகந்தையிலிருந்தும் குற்றங்கள் பிறப்பதுண்டு. சொத்தோ அகந்தையோ இல்லாத ஒரு பிச்சைக்காரன் மற்றொரு பிச்சைக்காரன் மீது வழக்குத் தொடுத்திருப்பது வெகு தமாஷாய் இருக்கிறது. தன்னிடம் இருந்து மாங்காய்த் தலையை எப்படியோ மயக்கி நாச்சி திருடிக்கொண்டு போய்விட்டான் என்று பேச்சி குற்றம் சாட்டுகிறான்.

"மாங்காய்த் தலை, பேச்சியின் மகனோ மற்ற விதமான உறவினனோ என்று சொல்வதற்கில்லை. பேச்சியுடன் சிநேகம் கொண்ட ஓர் இரண்டுங்கெட்டானின் பிள்ளை. அந்தத் தாயே இந்த மாங்காய்த் தலையைப் பேச்சியிடம் விட்டுவிட்டுச் சொல்லாமல் இரவில் ஓடிவிட்டாள். அதை வைத்துக்கொண்டு இவன் வயிறு வளர்த்து வருகிறான். பேச்சியைக் 'கார்டியன்' என்று சட்டப்படி சொல்லிவிட முடியாது.

"அது எப்படி இருந்தாலும் எதிரி மயக்கி அழைத்துக்கொண்டு போய்விட்டான் என்பதற்கு எவ்வித ருசுவும் இல்லை. இந்த வழக்கின் உண்மை, வாதி தரப்பு இரண்டாவது சாட்சியான சூரப்பனின் வாக்குமூலத்திலிருந்து வெளிப்படுகிறது. சூரப்பன் ஒரு பிரபல கேடி. அவன் நடத்திவரும் வெற்றிலை பாக்குக் கடை ஒரு

வேஷம். எந்தச் சாக்கிட்டாவது பணம் சம்பாதிக்கப் பார்ப்பது தான் அவன் தொழில். சில முதலாளிகள் வண்டிமாடு வைத்துக் கொண்டிருப்பவர்கள். சொந்தத்தில் வண்டி மாடு வைத்துக் கொள்ள முடியாத ஏழைகள் இந்த வண்டிமாட்டை வாடகைக்கு ஓட்டிச் சென்று பிழைப்பை நடத்துவதுண்டு. வண்டிக்காரன் நாள் முழுவதும் சம்பாதிப்பதை முதலாளியிடம் கொண்டு போய்க் கொடுத்துவிட வேண்டும். முதலாளி, வண்டிக்காரனுக்கு ஒரு குறிப்பிட்ட சம்பளத்தைத் தினசரி கொடுத்துவிடுவான். இந்த மாதிரி ஒப்பந்தத்தைச் சூரப்பன், பேச்சியிடம் செய்துகொண்டதன் விளைவுதான் இந்த வழக்கு. மாங்காய்த் தலை போய்விட்டால் தன் கடைக்கு வந்து கொண்டிருக்கும் பொருள்கள் வராமல் போய்விடுமே என்ற எண்ணந்தான் இந்த வழக்கு ஜோடிப்புக்குக் காரணம். எதிரியின் வாக்குமூலத்தில் கண்டிருப்பது முழுதும் உண்மை என்று தெரிகிறது. பேச்சி, மாங்காய்த் தலைக்கு இழைத்து வந்த துரோகத்தை அந்த மாங்காய்த் தலை உணர்ந்து, தானாகவே நாச்சியிடம் போய்விட்டதென்று நம்புவதற்குத் தகுந்த காரணங்கள் இருக்கின்றன. மாங்காய்த் தலையைப் பேச்சி திரும்ப அழைத்துக் கொண்டு போவதில் தனக்கு ஆட்சேபம் இல்லை என்றும், குரங்கைப் பேச்சி திருப்பிக்கொடுத்துவிட்டால் போதும் என்றும் வாக்குமூலத்தில் சொல்லியிருப்பது ஒன்றே இவ்வழக்கை முடிவு செய்யப் போதுமானது. வாதியின் வழக்கு ருசுவாகவில்லை. வழக்குத் தள்ளுபடி செய்யப்பட்டது."

தீர்ப்புச் சொல்லி முடிந்த பிறகு மாஜிஸ்டிரேட், நாச்சியைப் பார்த்து, "உன் ஆளை அழைத்துக்கொண்டு போகலாம். கேஸைத் தள்ளிவிட்டேன்" என்றார்.

பிச்சைக்காரர்களுக்குக் கோர்ட்டின் நடவடிக்கையைப் பற்றி என்ன தெரியும்? நாச்சியும் பேச்சியும் அப்படியே நின்று கொண்டிருந்தார்கள். கோர்ட்டுக்குச் சேவகன் மாஜிஸ்டிரேட் கேஸைத் தள்ளினதைப் போல இவர்களை வெளியே தள்ளின பிறகுதான் இவர்களுக்கு விஷயம் விளங்கிற்று.

"பேச்சி, குரங்கை என்கிட்டே கொடுத்தூடு. இந்த ரோட்டோடே ஒடனே அடுத்த ஊருக்குப் போயிடறேன். ஒன் மாங்காய்த் தலையை நீயே வச்சுக்க" என்றான் நாச்சி.

சூரப்பன் இந்தப் பேச்சை ஊன்றிக் கவனித்துக்கொண்டிருந்தான். வேகமாக ஒரு கான்ஸ்டேபிள் வந்தான்.

“ஏ சூரப்பா, இந்த மாங்காய்த் தலைப் பிச்சைக்காரன் வழிக்கு இனிமேல் போனியோ அவ்வளவுதான் என்று மாஜிஸ்டிரேட் சொல்லச் சொன்னார். பாத்துக்கோ” என்றான்.

“எனக்கு அவன்கிட்டே வேலை ஏதுங்க!” என்றான் சூரப்பன்.

“அதே காபி ஓட்டல் வாசலிலே கட்டி இருக்குபாரு ஒன் குரங்கு. பிடிச்சுக்கிட்டுப் போ” என்று பேச்சி சொல்லவும், குரங்கைப் பிடித்துக்கொண்டு நாச்சி புறப்பட்டுவிட்டான்.

இரட்டை விளக்கு

வீட்டுக்கு வெளியே ஆறு பெரிய தேக்சாக்களை அடுப்பில் ஏற்றியிருந்தார்கள். கபந்தன் மந்திரவாதியாகி நெருப்பைக் கக்க ஆரம்பித்ததுபோல் அடுப்புகள் எரிந்துகொண்டிருந்தன. தங்கம் உருகி ஓடும் வர்ணத்திலிருந்து சூரிய வெண்மைக்குத் தீ மாறிக் கொண்டிருந்தது.

ஏழை பாழைகள் நிறைந்த தெரு. மாலை நேரம் கூடுகளுக்குப் பறவைகள் கும்பலாகக் கலகலப்பாகத் திரும்புவது போல வேலை ஆட்களும் தொழிலாளிகளும் குடிசைகளுக்குத் திரும்பிக்கொண்டிருந்தனர்.

“என்ன இவுங்க ஊட்டிலே?”

“தெரியாதா உனக்கு ? ஆமாமாம். நீதான் அப்பொழுது ஊருக்குப் போயிருந்தியே. சந்தனம் பிள்ளை இல்லே, அவரு வப்பாட்டி காலமாயிடுச்சி. இன்னிக்கு நாப்பத்தி அஞ்சாம் நாள்.”

“நாப்பத்தி அஞ்சாம் நாளைக்கு இந்த மாதிரி நாம்ப எங்கே செய்யறோம்? எதுனாச்சும் இருக்கட்டும் - திறந்தவெளியிலே சோறு எப்பொ பொங்கறோம்? கோயிலிலே, முன்னாலே திறந்தவெளியிலே பொங்கப் பானை வக்கறோமே. அது ஒண்ணு. மாட்டுப் பொங்கலப்பொ கொட்டிலிலே திறந்தவெளியிலே சூரியநாராயண மூர்த்திக்குப் பொங்கப் பானை வக்கறோமே - அது ஒண்ணு. அவ்வளவுதான் வீட்டுவாசல்லே வக்கற வளமை

இல்லியே!... மறந்திட்டேன். அந்தப் பொம்பிள்ளை வேறெ மதமில்லே?"

"ஆமாம் ஆமாம். அந்த மதத்திலே அப்படி வச்சிருப்பாங்க. இல்லாட்டி ஒண்ணைப் பார்த்து ஒண்ணு. இதுக்கெல்லாம் தடை சட்டமா ?"

"அது இருக்கட்டும். எப்பிடிச் செத்துப்போச்சு? நான் ஊருக்குப் போறப்போ நல்லாத்தானே இருந்தாங்க?"

"சாவறதுக்கு ஒரு கணக்கா? சாவற அன்னிக்குச் சாயங்காலம் நான்கூடப் பார்த்தேன். கொத்து வேலையை முடிச்சுட்டு ஊட்டுக்குத் திரும்பி வர்றப்போ அவுங்க மாடியிலே ரொம்ப ராங்கியா நின்னு தெருவைப் பாத்துக்கிட்டு இருந்தாங்க. ரவைக்குப் பத்து மணிக்குப் போயிட்டாங்கன்னு ஆஸ்பத்திரியிலேருந்து கொணாந்துட்டாங்க."

"அப்பொ ஊட்டிலே சாவல்லியா?"

"ஹூம். மயக்கம்னாங்கன்னு ஆஸ்பத்திரிக்கு அழைச்சுக்கிட்டுப் போனாங்க. கதை முடிஞ்சு போச்சுன்னு ஊட்டுக்குக் கொணாந்துட்டாங்க. சாவறதுக்கு ஒரு கணக்கா?"

"சரி. அப்பொ என்ன சீக்கு?"

"அதை யார் கண்டா? கடவுளுக்குத்தான் வெளிச்சம். டாக்டருங்க முளைச்ச பிறவு கடவுளுக்குக்கூட வெளிச்சமோ இல்லியோ? ஆளுக்கு ஒண்ணாச் சொல்றாங்க."

"அதெல்லாம் போவட்டும். ஏழை பாழைங்களுக்கு இதிலே ஒரு கவளமாச்சும் கிடைக்குமா?"

"வாசத்தை எடுத்துக்க அவுங்களைக் கேக்க வேணாம். சோறு தர்ற சமாசாரம் எப்படியோ! சந்தனம் பிள்ளை இதிலே ரொம்ப உடைஞ்சுபோயிட்டாரு. அதோ பாரேன்-படிக்கட்டுலே உக்காந்துகிட்டு நெருப்பையே பாத்துக்கிட்டு. அவரு மொவத்தைப் பாத்தா, கிணத்திலே கயித்தை விட்டுத் தேடறாப்பிலே அல்ல தோணுது? வீட்டுக்குப் போயிட்டு வந்து கவளம் கிடைக்குமா-பாப்போம்."

தெருவிலே பேசியவர் கூறியது போலச் சந்தனம் பிள்ளை அடுப்புத் தீயை வெறிக்கப் பார்த்துக்கொண்டிருந்தார்: கன்னத்திலிருந்து காதோரம் வரை போயிருந்த வெட்டுக் காயமும் பார்த்துக்கொண்டிருந்தது போலிருந்தது. கருவிழிகள் ஒருமைப்படாமல் விலகி உள்ளே நிலைத்திருந்தன; உள் பார்வையின் புறநிலை.

"ஒரு கோடி காட்டாமல் போயிட்டியே! காட்டியிருந்தால் மட்டும் என்ன? கறந்த பால் முலை புகாதுன்னான். முந்திரெண்டு தரம் தப்பிச்ச தைரியம் அப்படித்தானே? அப்பவே சொன்னேனே, தாய்க்கு ஒளிச்ச சூல் வேணாமின்னு. தும்பை விட்டுப்பிட்டு வாலைப் பிடிக்கிற கதை ஆகப்போவுது இன்னேன். நீ கேக்கல்லை. முன்னைப் போல ஜெயமாயிடுச்சுன்னா சொல்லிக்கலாமுன்னு பாத்தே. இப்பொ? என்னதான் ஒண்ணாப் போயிட்டாலும் நீ ரெட்டை விளக்கு. ஒனக்குன்னு தனிப் பாதை, இருட்டு. நான் மாத்திரம் ஒசத்தியா? எனக்கும் தனி இருட்டு, தனிப் பாதை. ரெட்டை விளக்கு... நான் செஞ்சது தப்புத்தான். சிவனேன்னு நீ சொன்னபடி செஞ்சிருக்கணும். நான் என்ன பண்ண? பாட்டன் முப்பாட்டன் பாதை விட்டுப் போகமாட்டேன்னு புளியமரப் பிசாசுமாதிரி மனசிலே குந்திக்கிட்டு ஆடு ஆடுன்னு ஆடினா நான் என்ன பண்ண? ஆனா, பாட்டன் முப்பாட்டன் இந்த மாதிரி செஞ்சானா இன்னு கேட்டா, பிசாசு வாயைத் தெறக்குதா? இருக்கிறது ஒரு மனசு. இதுக்குள்ளார தொண்ணூத்தி எட்டு திருட்டுத்தனம். விபூதி பூசிக்கிட்டுக் கையெடுத்துக் கும்பிட்டா என்ன? வெறும் நெத்தியோடெ ஞாயித்துக் கிழமை தேவாலயத்திலே மண்டி இட்டா என்ன? ஆத்துத் தண்ணி கடல்லே விழாமெப் போயிடுமா?... இந்தத் தெளிவு அப்பொ வந்திருந்தா? ஆனா இருட்டுக்கப்பறந்தானே நிலம் தெளியுது? நீயாவது தைரியமாத் துணிஞ்சு வீட்டிலேயே வச்சுக்கிட்டயே. கோடி வரையிலே துணிஞ்சுட வேண்டாம். பாதி சுரைக்காய் விதைக்கு வச்சுக்கிட்டே."

மிடுக்காக வேறு இளைஞர்கள் தெருவில் சென்றுகொண்டிருந்தனர்.

"இதோ உக்காந்திருக்காரே இவரைப் பாத்தியா?"

"ஆமாம். வயசென்ன இருக்கும்?"

"நாப்பது முப்பத்தி அஞ்சு இருக்கும்."

"மொகம் முறுக்கான முகம்- சவுங்கிக் கிடக்குதே!"

"அவருக்குப் பெரிய இடி. உனக்குத் தெரியாதே அவரை?"

"தெரியாதே."

"அவரைப்பத்திக் கேள்விப்பட்டதில்லே?"

"நீ மறந்தூட்டே. இந்தத் தெருவுக்கு வந்து மூணு மாசந்தானே ஆவுது பக்கத்து வீடுன்னா எதுனாச்சும் தெரிஞ்சிருக்கும். இவரைப் பார்த்ததே இல்லை. இப்பத்தான் பாக்கறேன்."

"ஆமாமா, மறந்துட்டேன். இவருக்கு ஒரு அதிஷ்டம் அடிச்சுது பாரு."

"எவ்வளவு, அம்பதினாயிரம் இருக்குமா?"

"அட நீ ஒண்ணு. அதிஷ்டம்னா பணந்தானா? இந்த ஊட்டுலே ஒரு பொம்பிள்ளை இருந்தாளே - பாத்திருக்கே இல்லே?"

"மரம் தழஞ்ச குளம் மாதிரி கண்ணு இருக்குமே - அந்தப் பொம்பிள்ளைதானே?"

"ஆமாமா; அது ஒரு கதை. இந்தம்மா ஒரு கிறிஸ்தவப் பொம்பிள்ளை."

"அப்படியா! இவரு? இவருக்கு வயசு குறைவா இருக்கும்போலத் தோணுதே."

"அப்படித்தான். இவரு நம்மடவரு. இவருக்கும் பெரிய காண்டிராக்டர் கிட்டே உதவி ஆள்வேலை. கட்டிடங்கள் மேல்பார்வை செஞ்சுக்கிட்டிருந்தாரு. அப்பொ... எதிர்த்தாப்போலப் பழைய வீட்டை இடிச்சுக் கட்ட ஆரம்பிச்சாங்க. அப்பொ எப்படியோ இவுங்க ரெண்டு பேருக்கும் பத்திக்கிச்சு. கொஞ்சநாள் கிரமிச்சு இந்தப் பொம்பிள்ளை ஊட்டு ஆளோடிலே உக்காந்துகிட்டு மேல் பார்வை பார்க்க ஆரம்பிச்சாரு. அதுக்கப்பறம் அப்பப்பொ இந்த ஊட்டிலேயே தூங்கிட்டுக் காலையிலே பல் தேப்பாரு. நான் பார்த்திருக்கேன். அதுக்குப் பிறவு நடந்ததுதான் பெரிய சமாசாரம். கிறிஸ்தவப் பொம்பிள்ளை ஹிந்துவோடே எழயறது அந்தப் பொம்பிள்ளை உறமுறைக்குத் தெரிஞ்சுபோச்சு. பொம்பிள்ளைக்கு அப்பன் ஆயா போயிட்டாங்க. புருசன்காரனும் போன லக்குத் தெரியல்லே. அண்ணன் தம்பி உண்டுன்னாங்க, இல்லேன்னாங்க.

அக்கரைச் சீமையிலே இருக்காங்கன்னாங்க. கொடியிலே எப்பிடி எப்பிடியோ வெடிக்குமே அந்த மாதிரி ஆளுக்கு ஒண்ணாச் சொன்னாங்க. இப்படியே விசயம் கசமுசாவாக் கிடந்துச்சு. மண்ணுக்குள்ளே வெரையைப் போட்டா இருட்டிலே என்ன நடக்குதுன்னு நமக்குத் தெரியுதா? முளைவிட்டாத் தெரியும் - அவ்வளவுதான். அந்த மாதிரி... இதோ மூஞ்சியிலே வெட்டுக்காயம் பாத்தியா? இது முந்தி இல்லே."

"வாழைப் பூக் கணக்கால்ல இருக்கு! பலமான வெட்டு."

"பலந்தான். ஒருநாள் ராவிலே சந்தனம் பிள்ளையை யாரோ வெட்டிப்புட்டு ஓடிட்டாங்க. அப்புறம் யாரோ ஆஸ்பத்திரியிலே சேத்தாங்க. சாமி புண்ணியத்துலே வெட்டு ஆறிப்போச்சு. அப்பொ அடிச்சுது பாரு அதிஷ்டம் அதிலே இருந்து அவரு இந்த ஊட்டோடேயே வந்து இருந்தூட்டாரு. ஆஸ்பத்திரிக்கு ஆள் வச்சு அவரை அனுப்பிச்சது இந்தப் பொம்பிள்ளைதானுங்க."

"நீ சொல்றாப்போல இதுவும் ஒரு அதிஷ்டந்தான். நமக்கு அடிக்குதா பாரேன்!......நானூறு பேருக்கு மேலே இங்கே தயாராகுமே."

"நீ ஒண்ணு. தேக்சா ஒண்ணுக்கு இருநூறு பேர் கணக்கு. மூணு தேக்சாவுக்குப் பாத்துக்க."

"இந்த மேஜை நாக்காலி எதுக்கு?"

"பெரிய மனுஷங்க சாப்பிட பெரிய காண்டிராக்டர் ஆள் இல்லே. பாக்கியைப் பாடி பரதேசிக்குப் போடுவாங்க."

"எதோ உலகத்திலே நடக்குது, நடந்துகிட்டே இருக்குது. எந்தப் பேர் வச்சாவது ஏழை பாழைங்களுக்கு ஒரு கவளம் கிடைச்சா சொர்க்கம்."

அவர்கள் நிழல் நகர்ந்த பிறகுதான் யாரோ தன்னைப் பற்றிப் பேசிக்கொண்டிருந்த அரை நினைப்பு, சந்தனம் பிள்ளையைத் திடுக்கிடும்படி எழுப்பிற்று. தலை நிமிர்த்திப் பார்த்தார். அவர்கள் போய்க்கொண்டிருந்தார்கள். காட்டுத் தீப்போல அடுப்பு எரிந்து கொண்டிருந்தது. கொள்ளிவாய்ப் பிசாசுகள் கையையும் காலையும் ஆட்டிக்கொண்டு மௌனமாய்க் கூத்தடிப்பதைப் போல் சமையல் காரர்களுடைய கையும் காலும் பக்கத்துச் சுவரில் நிழல்களும் ஆடிக்கொண்டிருந்தன. நெருப்பு வெளிச்சத்தில் வேர்வை

மின்னிற்று. தேக்சாக்களிலிருந்து யாரோ பெரிய நாட்டுச் சுருட்டைக் குடிப்பதுபோல் புகை விட்டு விட்டு வந்துகொண்டிருந்தது. அவர் இதை எல்லாம் பார்த்தும் நெருப்பையோ தவசிப்பிள்ளைகளையோ மனத்தில் வாங்கிக்கொள்ளவில்லை. மறுபடி உள்ளே ஆழ்ந்து விட்டார்.

"ரெண்டு நாளா மொதமொதல்லே- என்னெக் குறியாப் பாத்துகிட்டு நின்னே. எதிர்த்தாப்போல வேலெ நடக்கிற இடத்திலே பொழுதினிக்கும் நின்னுக்கிட்டுத்தான் இருந்தேன். மாடியிலே நீ அப்பொ அப்பொ கண்ணிலே பட்டே. என் ஜோலி எனக்கு. உன் ஜோலி ஒனக்குன்னு நெனைச்சுக்கிட்டுச் சும்மா இருந்துட்டேன். வேறெ ஒண்ணும் தோணல்லை. தேனைத் தேடி வண்டு போனா, சகஜம். வண்டைத் தேடித் தேன் போனா என்ன புரியும்! அந்த மாதிரி ரெண்டு நாளா எனக்குப் புரியல்லே. மூணாம் நாள்தான் மனசிலே வெடிச்சுது. மாடிக் கைப்பிடிச் சுவத்திலே ஒரு தொடையைத் தூக்கி ஒயிலா வச்சுக்கிட்டு இருந்தே. நைஸ் துணியிலே தொடை நிழல்கூடத் தெரிஞ்சுது. அப்பொ உன் மேல்துணி திடீரென்று பச்சையாய் விசிறித்து. காத்தையும் காணோம்; ஒண்ணையும் காணோம். இதெ நெனைச்சப்பொ திக்குன்னு மனசிலே பத்திக்கிடுச்சு. பத்திக்கிட்ட உடனே எனக்கே புரியல்லெ. ஒன் கண்ணைப் பார்த்தேன். பூத்தேன், முழுகினேன். காத்து அடிக்காமெ புடவைத் தலைப்புப் பழைய இடத்திலே போய் ஒட்டிக்குச்சு. அதிலேருந்து நான் ஒட்டிக்கிட்டேன். நீ ஒட்டிக்கிட்டியா? பசை காஞ்சிருந்தா தாள் விழுந்து போவும். நீ ஒண்ணும் காஞ்ச பசையில்லே. பன்னீர் மணம் மாதிரி என்னுள்ளே பூந்து சுழண்டுகிட்டுத்தான் இருந்தே. ஒட்டினதைக் கிளிக்கிற பசங்க இருக்கத்தான் இருக்கறாங்க. சுவத்திலே ஒட்டி இருக்கிற விளம்பரத்தைப் பாரேன். எத்தினி கிழிஞ்சு தொங்குது? பிசாசுப் பயங்க வேலை. பிசாசுக்காத்து ஒண்ணு அடிச்சுதே, நீயும் கிழிஞ்சு தொங்கினே. இந்தக் காத்தெப்பத்தி நீ மொதல்ல எண்ணல்லே. ஒங்கடவங்களுக்கு எம்மேலே காரம். நம்மடவ பொம்பிளையை இவன் வந்து தொடவாவது?..... இந்த மனுசங்களைப்போல மோசம் பார்த்ததே இல்லை. அவனவன் ஜோலியைத் தவிர எல்லா வேலையும் கவனிக்கிறான்கள். அதுக்கு என்னென்னவோ பூசி மொழுகிப் பேர் வக்கறான். "அவளா - வெறும் புறம்போக்குடா!" ஆனா, புறம்போக்கு அவனுக்குக் கிடைக்கல்லேன்னு சாத்திரத்தை

வேஷம் கட்டிக்கிட்டு ஆடறான்க. உறவுங்க உன்னை வந்து மிரட்டினப்பொ நீ கிழிஞ்சு போயிட்டே. ஏன் நம்மாலே ஒனக்கு வம்புன்னு நான் ஒதுங்கி நின்னேன் பாரு - அது அப்பொத்தான். அப்பறம் ஒரு பெரிய காத்து அடிக்குது. தாள் ஆடுது. காத்து நிக்குது. தாளும் நிக்குது. மறுபடி காத்திலே ஆடுது. அதுக்காக ஒன்னைக் குத்தம் சொல்லல்லே. சொல்லலாமா? அப்பொ எல்லாம் நீ மாடியிலே வந்து நிக்கறதும் இல்லே. கண்ணுலே தட்டுப்படறதும் இல்லே. பட்டாலும் பாக்காமே போறே. நான் மாத்திரம் என்ன? நானும் நிமிந்து பாக்கல்லே... நாயந்தானேன்னு நெனைச்சுக்கிட்டேன்... ஆனா அப்புறந்தானே நீ யாருன்னு புரிஞ்சுது? அம்மாசி இருட்டிலே என்னை வெட்டினானுங்களே- நீ ஆஸ்பத்திரிக்கு அனுப்பிச்சியே அதுக்கப்புறம் புரிஞ்சுபோச்சு. ஒன்னோடெயே வந்து இருந்தூடுன்னு ஓட்டக்கூத்தன் பாட்டுக்கு ரெட்டைத்தாப்பாள் போட்டியே, அப்பொத்தான் சத்யமாச் சொல்றேன். வெட்டுக்கத்தி மாதிரி உன் புருவம் சும்மா அமஞ்சு இருக்கல்லேன்னு புரிஞ்சுது."

"ஏண்டா தம்பி!"

சந்தனம் பிள்ளை உலுக்கி விழுந்து கண் திறந்தார். அடுப்புப் பிசாசு அடங்கிவிட்டது. தேக்சாக்களிலிருந்தும் புகை அடங்கிவிட்டது. ஆனால் பிரியாணியின் கண்காணாக் குளத்திலிருந்து மணம் விரிந்து பரவிக்கொண்டிருந்தது.

ஏண்டா தம்பி என்று அழைத்தவள், ரோஸ்மேரியின் எட்டிய உறவு சூசி. இந்த விஷயத்தில் அவள் நிலை வழுக்கி நழுவும் வரால் போலிருந்தது. முதலில் மற்ற உறவினர் களுடன் சேர்ந்து ஆட்சேபித்தாள். ரோஸ்மேரியுடன் ஒன்றவில்லை. "சரி முடியல்லே. நம்மடவங்கள்ளே முறுக்கு மீசை நறுக்கு ஆள் இல்லாமெ போச்சா? அந்த ஜாதி ஆளா வேணும்? அந்த ஜாதி சமாசாரம் அவளுக்கு என்ன தெரியும்?... வேடுகட்டின வெல்லப் பானையிலே எப்படி நுழையலாமின்னு எறும்பு அலையல்லே?... உன் சொத்தைக் கிளப்பறதிலேதான் நோட்டம். இது உனக்குத் தெரியல்லே. உருகி உசுரை ஒம்மேலே விட்டூட்டான்னுட்டு அப்பாவி நெனைச்சு ஏமாந்து பூட்டே."

அமாவாசை இருட்டில் உறவினர்கள் சந்தனத்தின் தலைக்குப் பாக்குவைக்க எண்ணிப்போய் வெட்டுக்காயமாய் முடிந்தபிறகு,

ரோஸ்மேரி துணிந்து காயத்துடன் கிடந்தவனுக்கு ஆள்வைத்து ஆஸ்பத்திரியில் வைத்தியம் செய்து வீட்டோடு வைத்துக்கொண்ட பிறகு காற்று மாறிவிட்டது. ராகம் புரண்டுவிட்டது. அரிவாளை எடுத்து இருட்டில் வெட்டுவதற்கு ஏசு பிதா மேலே பழியா என்று சொல்லிக்கொண்டு ரோஸ்மேரிக்கும் சந்தனத்திற்கும் ஆதரவாகச் சூசி மாறிவிட்டாள். பொறுக்கித்தின்னி என்று உறவினர்கள் அதற்காக அவளுக்குப் பட்டம் சூட்டினார்கள். இப்பொழுது ரோஸ்மேரியின் அந்தரங்க மூத்த கிழவி சூசி.

ஏண்டா தம்பி என்று சூசி எழுப்பியபின் சந்தனம் தெளிவடைந்தார். “இன்னம் எத்தினி நாள் இப்பிடி அவளையே நெனைச்சுக்கிட்டு கெடப்பே? எல்லாம் சிட்டுக் குருவி மாதிரிதான் இந்த ஜன்னல்லே நுழைஞ்சு அந்த வாசலாலே பறந்து ஓடற கதைதான். ஹால்லேயே எப்பவும் குந்திக்கிட்டு இருக்கும்னு நெனைச்சியா? அன்னிக்கு இருந்த இருப்பிலே நீ கூடப் போயிடுவேன்னு நெனைச்சுப்புட்டோம். இந்த ஆளுங்க யாராவது உனக்கு ஏதாவது சொன்னாங்களா? தெரியுமே - சொல்லி இருக்கமாட்டாங்க. கல்லறையிலே இறக்கி மண்ணைப் போட்டு மூடற மட்டும் நீ எல்லாரையும் போலத்தான் இருந்தே. மத்தவங்க ரெண்டொரு பேச்சுப் பேசிக்கிட்டாங்க நீ அதொண்ணும் பேசல்லே. அப்பறம் எல்லாரும் திரும்பினோமே நீ திடீருன்னு உக்காந்துபூட்டே. கண்ணு நிலைகுத்திப் போச்சு. தம்பி தம்பின்னு கூப்பிடறாங்க. ஊஹூம், அசையல்லெ. இதான் வாழ்வுன்னு கையைப் பிடிச்சு எழுப்பறாங்க. நீ சவுங்கிச் சவுங்கி விழறே. நான் சொன்னேன் தம்பியைப் போக்குலே உட்டுடுங்க; அப்பாலே நான் வந்து அழைச்சாறேன் இன்னேன். அப்பாலே விளக்கேத்தரப்போ வந்தேன். கண்ணைத் திறந்துகிட்டுத்தான் உக்காந்திருந்தே; நெனைப்பிருக்கா?”

“பனிமூட்டத்திலே கட்டிடம் தெரியுதில்ல-அந்தக் கணக்கா இருக்கு.”

“இருக்கட்டும். தம்பி வா, போவலாம்னேன். நீ என்ன சொன்னே, தெரியுமா?”

“அதெல்லாம் நெனைப்பில்லே.”

“நீ சொன்னே- இதோ போவப்போறேனே; என்னை ஏன் ஒன்கூட வரச் சொல்றே இன்னு கேட்டே. இரண்டு மூணு தரம்

கூப்பிட்டேன். அப்பறம் பதில் வரல்ல. கண்மூடிப் போச்சு. வீண் கலாபுலா பண்ணப்படாதுன்னு ஊட்டுக்குப் போயிட்டேன். மூணு நாளைக்குப் பொறவு கல்லறைத் தோட்டக்காரரு உன்னை ஊட்டிலே அழைச்சாந்து விட்டாரு. மூணு நாளா சோறு தண்ணி இல்லியாம். மரநிழல்லே குந்தறதும் படுக்கறதுந்தானாம். அப்பொ எல்லாம் உனக்கு எப்படி இருந்துச்சோ?"

"எனக்கு ஒண்ணும் நெனைப்பில்லே."

"போவட்டும். அப்பறம் நீ இருந்த மாதிரியிலே வாசம் தேயறாப்போலத் தோணித்து. இப்பொப் பாத்தா வாசம் தேயல்லேன்னு காட்றியே. நாக்காலி எல்லாம் எடுத்துப் போடச் சொல்லவேணாம்? சிநேகிதங்க எல்லாம் வந்தூடுவாங்க, விருந்தாவணும். அதெப்படிக்கணும். அவுங்க வந்து பாக்கறப்பொவும் இப்படியே குந்திக்கிட்டு இருந்தா நல்லாவா இருக்கும்?"

"நாக்காலி எல்லாம் எடுத்துப் போடச் சொல்லு, தெரியாதா ஒனக்கு? இதோ வாரேன்."

அவள் வாசம் என்ற சொல்லைச் சொன்னதும் சந்தனம் பிள்ளை மனத்தில் முரண்பட்ட இரு விளைவுகள் உண்டாயின. முதல் விளைவைக் கண்டு அவளுக்கே தைரியமாக இருந்தது. அவர் சுறுசுறுப்பாக எழுந்து தவசிப்பிள்ளையிடமிருந்து ஒரு செம்புத் தண்ணீர் வாங்கிக்கொண்டு முகத்தைக் கழுவித் துடைத்துக் கொண்டார். மேற்கொண்டு ஏற்பாடுகளைக் கவனிக்கப்போகிறார் என்று எதிர்பார்த்துக் கொண்டிருந்தபொழுது, "சோமுவை விட்டு நாற்காலி மேஜையை வரிசையாய் அழகாகப் போடச் சொல்லு" என்று சொல்லிவிட்டு விருக்கென்று மாடிக்குப் போய்விட்டார்.

மாடிதான் அவர்கள் தனி அறை. அறைக்குள் சென்றதும் இன்னதிலிருந்து வருகிறதென்று தெரியாத வாசனை ஒன்று மிதந்துகொண்டிருந்தது. அவர் ஒரு ஞாபகத்தில் அறைக்கு வருவதையே நிறுத்தி வைத்திருந்தார். அவர் இருந்தபொழுது வாசனை பெரிதாகத் தோன்றவில்லை. இப்பொழுது அது வலுவாகத் தாக்கிற்று. அவள் உபயோகித்து வந்த சிறிய சுவர் அலமாரியின் கதவுகள் வாயைத் திறந்ததுபோல் விலகி இருந்தன. வாசம் 'இரா ராணி' மலரைப்போல் கனமாகப் புலன்களை அழுத்தி முழு கடிப்பதாக வீசிற்று. அவள் இருந்தபொழுது அந்த

அலமாரியைத் திறந்து பார்த்ததில்லை. ஆனால் இப்பொழுது அவள் இல்லை. மணம் மட்டும் இருந்தது. என்னதான் அப்படி அலமாரியில் இருந்ததென்று திறந்து பார்த்தார். அலமாரியில் அழகு படுத்திக்கொள்ளும் சாதனங்கள் எல்லாம் இருந்தன. ஆனால் வாசனைச் சாமான்கள் பாட்டில் எல்லாம் காலியாய்க் கிடந்தன. நாற்பத்தைந்து நாளாயின. பல பாட்டில் மூடிகளைக்கூடக் காணோம். ஆனால் மணம் மட்டும் வந்துகொண்டிருந்தது. இந்த மணம் இந்த அலமாரியில் இல்லை. அவளிடமிருந்துதான் மிதந்து வந்து விரிந்திருக்கவேண்டும். 'ரோஸ்மேரி, வந்துவிட்டாயா? நான் இல்லாமல் உன்னால் இருக்க முடியுமா? - நீ இல்லாமல் நான் இருக்க முடியுமா? எங்கேயும் முடியாது.'

மாடிப்படியில் காலடி ஓசை கேட்டது. ஓசை கேட்டதுமே நிழலைக் கண்டு மீன்கள் நெளிந்து மறைவதுபோல் மணம் மறைந்து விட்டது.

"வாஸ்தவமா அறை மணக்குதா?"

"ஏன் தம்பி, கீழே படியிலே உக்காந்தது பத்தாதுன்னு மாடி ரூம்லே வந்து குந்திக்கிட்டியா? எல்லாரும் வர ஆரம்பிச்சுட்டாங்க. இல்லேன்னா இந்த ஏற்பாடு பண்ணாமெ மரியாதையா இருந்திருக்கணும்."

சந்தனம் தலையை ஒரு தடவை சிலுப்பி அவள்கூடக் கீழே இறங்கிச் சென்றார்.

கீழே வரிசையாக முன் ஹாலில் நாற்காலிகள் மேஜையை ஒட்டிப் போட்டிருந்தன. பல நண்பர்களும் விருந்தாளிகளும் வந்து மூலைக்கு ஒரு நாற்காலியில் உட்கார்ந்து பேசிக்கொண்டிருந்தனர். அவர்களை வரவேற்காத குற்றத்திற்காக மன்னிப்பு கேட்க வேண்டும் போலிருந்தது.

"இவங்களுக்கு வெள்ளித்தட்டு, சந்தணக்கிண்ணி எடுத்துக்கொடுக்க மாடிக்குப் போயிருந்தேன். மன்னிச்சுக்கோணும்."

"பரவால்லே, சம்பந்தியா? வேத்தாளா? உக்காரேன்."

"இல்லே, இதோ வந்தூட்டேன். இன்னம் கொஞ்சம் வேலை; அப்பறம் இங்கேதான்."

சந்தனத்தின் முதுகு உள்ளே நுழைவதற்காகக் காத்துக் கொண்டிருந்தவர்போல் வந்தவர்களில் ஒருவர், "இதெல்லாம்

எப்படின்னு யாருக்காவது உண்மை தெரியுமா?” என்று பக்கத்தில் இருந்தவர்களைக் கேட்டார். ஒருவரும் சரியாகப் பதில் சொல்ல விரும்பவில்லையோ அல்லது தெரியாதோ, சும்மா இருந்தனர். கேட்டவர் தமக்குத் தெரியும் என்று சொன்னார்.

“நான் எல்லாம் ஆராய்ச்சி செஞ்சுப்புட்டேன். அந்த டாக்டரைக்கூட விசாரிச்சுப்புட்டேன். அன்னிக்குச் சாயங்காலம் நாலு மணிக்கு இந்தப் பொம்பிள்ளை திடீருன்னு உடம்பை என்னவோ பண்ணுதுன்னாளாம். வேலைக்காரிங்க கேட்டதுக்கு அவரை அழைச்சாங்க இன்னுட்டா. சூசியுந்தான் இருந்தா. அங்கே இங்கே தேடி அலைஞ்சு சந்தனத்தை அழைச்சாந்தாங்க. அவரு மாடிக்குப் போயிட்டாரு. வேலைக்காரி ஒருத்தி மாடிப்படியிலே நின்னுக்கிட்டிருந்தா. அவ சொன்னதைத்தான் சொல்றேன். அந்தப் பொம்பிள்ளை மூணுமாசமா குளிக்கல்லியாம். அது அவருக்குக் கூடச் சரியாத் தெரியாது. முத்திப்போன அவமானமாப் போயிடப்போவுதேன்னு இந்தப் பொம்பிள்ளை அதைக் கரைக்க எதையோ செஞ்சிட்டுது. யார் சொன்ன மருந்தோ பச்சிலையோ கடவுளுக்குத்தான் வெளிச்சம். அது வேலை செய்ய ஆரம்பிச்ச உடனே அவளாலே வேதனை தாங்கல்லே. மருந்தை எப்பொ தின்னதோ யார் கண்டா? மூடி மூடிப் பாத்திருக்கு. முடியாதபோது சந்தணத்துக்குச் சொல்லி அனுப்பிச்சூட்டுது . ‘அடி ரோஸ்மேரி, குடியைக் கெடுத்துப் புட்டியேன்னு. கட்டிக்கிட்டு முத்தம் கொடுத்தாராம் - அவ சொன்னா. அப்புறம் உளுந்தடிச்சுப் போய் ஒரு டாக்சி கொணாந்து அவளை ஆஸ்பத்திரிக்கு அழைச்சுக்கிட்டுப் போனாரு. இதைப் பார்த்துப் பக்கத்து ஊட்டுக்காரங்க பதறிப்போயிட்டாங்க. நான் பாத்தேனே டாக்டரு அவர் போன வாரந்தான் சொன்னாரு. பொம்பிள்ளை ஆஸ்பத்திரிக்கு வந்தப்போ டாக்டர் வார்டைச் சுத்திக்கிட்டிருந்தாரு. அவசர ரூமில் இருக்க வேண்டிய டாக்டரும் வேறெ ஏதோ அர்ஜன்டா கவனிச்சுக்கிட்டிருந்தாரு. அவங்க வந்து இந்தப் பொம்பிள்ளையைப் பாத்தூட்டு எதோ ஊசி போட்டாங்களாம். அவசர வார்டிலே சேத்தாங்களாம். சந்தனம் அங்கேயே ஆஸ்பத்திரி மரத்தண்டை சிமிட்டி பெஞ்சியில் உட்காந்திருந்தாரு. ஊசிக்கு வேதனை மசியல்லே. எட்டு எட்டரை மணிக்கு இன்னொரு ஊசிகூடப் போட்டாங்க. ஒண்ணும் கேக்கல்லே. ஓம்பது ஓம்பதேகாலுக்குச் சவமாயிட்டுது. எடுத்துக்கிட்டுப் போகச்சொல்லிட்டாங்க - அப்புறம்

என்ன பண்றது? உண்மையை உலகத்துக்குச் சொல்ல முடியுதா? டாக்டரை எப்படியோ சரிபண்ணிக்கிட்டாரு. ஆஸ்பத்திரிப் பொஸ்தகத்திலே மாரடைப்புன்னு எழுதிவச்சூட்டாரு. அப்புறம் ஊட்டுக்குக் கொணாந்தூட்டாரு.

"மாரடைப்பான்னு தெருவிலே கும்பல் சேந்து போச்சு. அப்புறம் எல்லாம் நடந்துச்சு - ராசோபசாரமாக. கல்லறையிலே வக்கறவரையிலும் பாறைமாதிரி இருந்தவரு பக்கத்திலே ஓடற தண்ணீ மாதிரி ஆயிட்டாரு. அவர் மூஞ்சியே அப்புறம் மாறிப்போச்சு. நம்ப சந்தனம் இன்னு அப்பறம் சொன்னாத்தான் தெரியும் - அப்பிடி மாறிப்போயிட்டாரு. இப்பொ அவ சப்ரிஜிஸ்திரார் ஆபிசிலே எழுதிவச்சிருந்த உயிலைப் போன வாரந்தான் வாங்கிட்டு வந்தாரு. என்ன தோணிச்சோ நம்ப எதிரிலே அதைப் பிரிச்சுப் படிக்கணுமுன்னு நெனைச்சுப்புட்டாரு."

பேச்சை முடித்தாரா முடிக்கவில்லையா என்று தெரியவில்லை. அதற்குள், "காண்டிராக்டர் வந்தூட்டாரு" என்ற குரல் எழுந்தது. சந்தனம் அவரை வரவேற்று நடு நாற்காலியில் உட்கார்த்தி வைத்தார். அவருடன் இரண்டொரு வார்த்தை பேசிவிட்டு எல்லோரையும் நாற்காலிகளில் அமரச் செய்தார்.

சந்தனம் பிள்ளை ஜாடை காட்டினார். தவசிப்பிள்ளைகள் சுறுசுறுப்பாகப் பரிமாறினார்கள். விருந்து முடிந்த பிறகு மாடித் திறந்தவெளிக்கு எல்லோருமாகச் சென்றனர். சந்தனம், தாம்பூலம் வழங்கப்பட்ட பிறகு முத்திரையிட்ட உயிலைச் சந்தனம் காண்டிராக்டர் கையில் கொடுத்தார். அவர் உறையை உடைத்துக் கடுதாசுகளைப் பிரித்துப் படித்தார்.

ரோஸ்மேரியின் உயில்! அவள் எழுதி வைத்து, சப் ரிஜிஸ்திராரிடம் ஒப்படைத்திருந்தது; சந்தனத்திற்கும் சாட்சிகளுக்கும் ஜூசிக்கும் மட்டும் தெரியும். ஆனால் உயிலின் ஷரத்தில் வியப்படையும்படி ஒன்றும் இல்லை. தன் சொத்தில் ஒரு பகுதியைச் சந்தனத்திற்கும் மற்றொரு பாதியில் முக்கால் பங்கை உள்ளூர்க் கிறிஸ்தவத் தேவாலயத்திற்கும் பாக்கியைச் ஜூசிக்கும் எழுதி வைத்திருந்தாள்.

காண்டிராக்டர் உயிலைப் படிக்கக் கேட்டவர்கள் ஜூசிக்கு ஒரு பங்கு கிடைத்ததைப் பற்றித்தான் கொஞ்சம் பேசிக்கொண்டார்கள். பாக்கி ஷரத்துகளைப்பற்றி விசேஷமாகப் பேசவில்லை. நியாயந்தானே? இதையும் விடவில்லை, அதையும்விடவில்லை

என்றார்கள்.

சிறிதுநேரம் பேசிக்கொண்டிருந்தவர்கள் காண்டிராக்டர் புறப்பட்டுப் போனவுடன் ஒவ்வொருவராக விடைபெற்றுச் சென்றனர்.

தேக்சாக்களை ஆட்கள் பின்புறம் எடுத்துச் சென்றனர். ஆட்கள் நாற்காலிகளை மடக்கி 'வேனி'ல் ஏற்ற ஆரம்பித்தனர். மேஜைகளும் நகர்ந்துவிட்டன. ஹால் வெறிச்சென்றிருந்தது. சூசி உள்ளே இருந்தாள்.

சந்தனம் நேரே மாடிப்படி ஏறிச் சென்றார்.

வீட்டின் உட்புறத்திலிருந்து வந்த சூசி சந்தனத்தைத் தேடினாள். காணவில்லை. உடனே ஏதோ நினைப்பு வந்தவளாய் மாடிக்குப் போனாள். ஆனால் நேரே அறைக்குள் செல்லவில்லை. வெளிப்புற வராந்தாவிலிருந்து ஜன்னல் வழியாகப் பார்த்தாள். கட்டிலில் கால்தெரிந்த விதத்தைக் கொண்டு சந்தனம் மெத்தையில் சாய்ந்துகொண்டிருக்க வேண்டும் என்று கருதினாள். 'உயிலைப் படித்தார்கள். இவன் ஒன்றுமே சொல்லவில்லையே! உயில் நம்மை மறக்கவில்லை. அவனை மறக்கவில்லை. தேவாலயத்தையும் மறக்கவில்லை. இதெல்லாம் அவனுக்கு ஒப்புதல்தானா? அப்படி என்றால் ஏன் மாடிக்கு வந்துவிட்டான்?'

மெதுவாக அறைக்குள் சென்று சந்தணத்துடன் பேச்சுக் கொடுத்தாள். இந்த விஷயத்தைப்பற்றிப் பேசவில்லை. அவனாகச் சொல்லுவான் என்று நினைத்துக்கொண்டாள்.

"தவிசுப்பிள்ளைங்க வீட்டுக்குப் போகட்டுமான்னு கேக்கறாங்க."

"போகட்டும். பாக்கிப் பணம் காலம்பர வந்து வாங்கிட்டுப் போகச்சொல்லு... பாத்தியா, உன்னை அவ மறக்கல்லை."

அவளுக்கு அந்தப் பேச்சைக் கேட்டு மனம் நெகிழ்ந்துவிட்டது. "நூத்திலே ஒருத்தி" என்று குரல் தழுக்கக் கண்ணீர் வடியவிட்டாள்.

"அவளாலே முடிஞ்சதைச் செஞ்சிட்டா" என்றார் சந்தனம். அதற்குமேல் பேசவில்லை. ஏதோ நினைப்பில் ஆழ்ந்துவிட்டார்.

யாரைப்பற்றி அவர் குறிப்பிட்டார் என்று அவளுக்குத் தெரியவில்லை. பெரும் அலை ஒன்று அடித்துக் காலின் கீழுள்ள

மண்ணை அரித்துத் திரும்பும்பொழுது அவளையும் சேர்த்து இழுத்துக்கொண்டுபோவதுபோல் சூசிக்கு இருந்தது. இன்னம் எதுவேனும் சொல்லுவானோ என்று சிறிது நின்று நின்று பார்த்தாள். சந்தனம் சுவர்ப்பக்கம் திரும்பிப் படுத்துக்கொண்ட பிறகு நிற்பதில் பயனில்லை என்று கீழே இறங்கிவிட்டாள்.

மறுநாள் காலை மணி எட்டு. அன்று அங்கே படுத்திருந்த சூசி, அத்தனை நேரமாகியும் சந்தனம் கீழே வரவில்லை என்பதைக் கவனித்தாள். அவளுக்கு அது புதுமையாக இருந்தது. காலைக் காக்கை கத்திச் செல்லும் பொழுது கீழே இறங்கிவரும் வழக்கம் ஆச்சே! சிறிது கலவரப்பட்டு மாடி ஏறிச்சென்றாள். படுக்கை வெறிச்சென்றிருந்தது. அறையில் எரிந்துகொண்டிருந்த இரட்டை விளக்கில் ஒன்றுதான் எரிந்துகொண்டிருந்தது. திடுக்கிட்டாள். கட்டிலை நெருங்கிப் பார்த்தாள். ஒரு கவரும் ஒரு துண்டுக் கடுதாசும் இருந்தன.

சூசிக்கு,

இவ்வளவு உதவியாக இருந்ததற்கு வந்தனம். சந்தோஷம். சொத்துக்காக வந்தேன்னு ரொம்பபேரு நெனைச்சுக்கிட்டாங்க. மொதல்லே ஒரு தப்புப் பண்ணிப்பிட்டேன். அதனாலே அப்படிப் பேச்சு. இப்படித்தான் இனிமேல் திருத்தணும். இந்தக் கவரைத் தேவாலயப் பாதிரியாரிடம் கொடுத்துடு. போகிற இடத்திலே இரட்டை விளக்கில்லை. ஒண்ணே தெரியும்.

கஞ்சா மடம்

"அம்பலத்தாசே அருமருந்தே சம்போ
ஆனந்தத்தேனே அருள்விருந்தே சம்போ."

என்று பண்டாரம் பாடிக்கொண்டிருந்தார். அவருடைய சிஷ்யப்பிள்ளை இடதுகையிலிருந்த கஞ்சா இலையை வலது கையால் கசக்கி முகத்தைச் சுளித்துக்கொண்டிருந்தான். எதிர்த்தாப்போல் அரைவட்டமாய் உட்கார்ந்திருந்தனர் நான்கு ஐந்து பண்டாரங்கள். கசக்கி முடித்ததும் கஞ்சா சிலும்பிக்குள் சென்றது. சிலுமி கைகள் மாறிற்று. குப் குப் என்று சுருள் சுருளாய்ப் புகைப்படலம் எழுந்தது. பரமசிவத்தின் நாமங்கள் படலத்தின் நடுவே நடுவே அனாயாசமாய் எழுந்தன. அது பிரும்ம லோகம்.

'ஞணங் ஞணங்' என்று நெருங்கி வந்துகொண்டிருந்தது மணிகளின் சத்தம்! முடிவில் அது அன்னக்காவடியாகவும் அதைத் தூக்கி வந்த ஆண்டியப்பனாகவும் விளங்கிற்று. அன்னக்காவடியைக் கண்டதும் அடியார் கூட்டத்தில் பெருத்த பரபரப்பு உண்டாயிற்று. ஆண்டியப்பன் அன்னக்காவடியிலிருந்த கூடையை எடுத்துவைத்து, ஒவ்வொரு சாமியாருக்கும் சோற்றையும் குழம்பையும் சேர்த்துப் போட்டான். ஆண்டியப்பன் போடுவானேனென்றால், திருக்கூட்டத்தில் சேருபவர்கள் சில சில்லறைக் கடமைகளையும் வழக்கங்களையும் ஏற்றாலன்றி, ஞானமார்க்கத்திற்கு அருகதையாவதில்லை என்பது அவர்கள் சித்தாந்தம். கூட்டத்தாரின் பசிப்பிணியை ஆற்றும் வேலை

மகேசுவரனின் சேவையல்லவா? பெரிய பண்டாரங்கள் சாப்பிட்டு முடிந்தது.

ஒரு சேமங்கலம் ஒலித்தது. வெள்ளை வேஷ்டிகளைத் தூயதாய்த் துவைத்துக் கட்டிய சிஷ்யப்பிள்ளைகள் நான்கு ஐந்து பேர் வந்து கூடினார்கள். கூடையில் மிஞ்சி இருந்ததை ஆண்டியப்பன் உட்பட எல்லோருமாக ஒழித்துவிட்டு, கூடையைச் சுத்தம் செய்து சுவரில் மாட்டினார்கள்.

திரும்பவும் பெரிய பண்டாரங்கள் சிலும்பியை எடுத்துப் புகை இழுத்தார்கள். முதலில் இழுத்தது பசிப்பதற்காக. திரும்பவும் இழுத்தது ஜீரணத்தைத் தூண்டுவதற்காக. திரும்பவும் புகைப்படலம்! கால் மணிக்குள் பெரிய பண்டாரங்கள் எல்லாம் 'தினப் பிரளயத்தில்' மூழ்கிப் போய் விட்டார்கள். இளம் வல்லரசுகளும், முற்றிய அனுபவசாலிகளான இரண்டொரு கிழச் சாமியார்களும் விழித்திருந்தனர்.

ஒரு சிறு பண்டாரம் பேசத் துவங்கினான். "முந்தாநாள் சிவகஞ்சா சாப்பிட்டதில் ரொம்ப சுந்தாகிப் போயிடுச்சு. பிரதோஷ காலமாச்சேன்னு நடேசரைத் தெரிசனம் பண்ணக் கிளம்பினோம். இப்போ எல்லாம் ராத்ரிலே விளக்கு போடறதில்லையாம், மூலைக்கு மூலை வண்ணாத்திப் பூச்சி பறக்கிறது. அதுகளிலேருந்து வெளிச்சம் கொட்றதைப்போல சந்திரன் கொட்றதில்லே. ரொம்ப ரொம்ப ஜோராயிருக்கு! நாங்க கோயில் கோபுரத்துக்கிட்டே போகறப்போ சட்டி சாமிக்கு கேரி முத்திப் போச்சு. என்ன பேசித்துத் தெரியுமா? 'புண்யாத்மாக்களே! தலையைக் குனுஞ்சுகிட்டு கோபுரவாசலிலே நுழையுங்க. இல்லாட்டி கோபுரம் இடிக்கும்' என்று சொல்லித் தானே தலையைக் குனிஞ்சுகிட்டு நுழைஞ்சுச்சு. தெருவிலே போன ஜனங்கக் கூட இடின்னு சிரிச்சது. அப்புறம் சுவாமி தரிசனம் பண்ணிக்கிட்டுச் சட்டி சாமியை இழுத்துக்கிட்டு தேனீ பறக்கறாப்போல நேரே மடத்துக்குத் திரும்பிவந்தோம்."

"பொல்லா கதை சொல்றாரு சின்னச் சாமி. பண்டாரம் தத்வம் பேசணும், பழகணும் சமாதி இன்னாத் தெரியுமா?" கிழச் சாமி ஒருவர்.

"சொல்லட்டுமா?" என்றான் ஒரு இளைஞன்.

"ஹூம்."

“அது ஒரு தூக்கம்.”

“அப்படிப் பேசப்படாது.”

‘ஏன்? பம்பரம் வேகமாய் சுத்தறப்போ தூங்குதுன்னு சொல்றோமல்ல. அந்த மாதிரி நிலை.”

“கொர்! புர்ர் ! கொர் புர்ர்!”

“அடெடெ கிழச்சாமி பேசிக்கிட்டே தூங்கிப்போயிடுச்சுடா.”

பெரிய பண்டாரத்துக் கோஷ்டியில் சேர்ந்த கிழவனும் கடைசியாய்த் தூங்கிய பிறகு சிஷ்யர்கள் கஞ்சாக் கடையை விரித்தார்கள். மடத்துக்குப் பக்கத்தில் ஆற்றோரமாய் இருக்கும் தாழ்வாரத்தில் உட்கார்ந்தார். ஜோல்ணாவைத் தேடிப்பார்த்ததில் சரக்கைக் காணோம்.

“ஆண்டியப்பா! சரக்கு இல்லையே, கொஞ்சம் சம்பாரிச்சு கொண்டா. அதெல்லாம் எனக்கு வேணும்.”

“இது வேண்டாட்டி அங்கே ஞானவெட்டி தூங்காது, கபாடம் அடைஞ்சுதான் கிடக்கும். நாங்க இத்தைக் குடிச்சப்புறம்தானே பாதி வழி போக முடிஞ்சுச்சு.”

ஆண்டியப்பன் அதை உண்மையாகவே நம்பிவிட்டான். சட்டி சாமியார் ஜோல்னாவை தேட்டை போட்டுக் கொஞ்சம் சரக்குக் கொண்டு வந்துவிட்டான். சின்ன கோஷ்டி இரண்டு மூன்று தரம் தம் அடித்தது. தோழர்கள் வற்புறுத்தலுக்கு இணங்கி ஆண்டியப்பனும் இரண்டு மூச்சு கஞ்சா அடித்துவிட்டான்; சரியாக புகைவிடத் தெரியாத நிலையில் புகையை விழுங்கிவிட்டான். அவ்வளவுதான். அதற்குப் பிறகு இன்ன நடந்ததென்று தெரியாது, ஆனால் வாய்மட்டும் ஓயாமல் பேசிக்கொண்டிருந்தது.

“சமாதி இன்னா பேசினாங்களே! பம்பரம் இன்னா என்னென்று இவங்களுக்குத் தெரியுமான்னு கேக்கறேன்...? இதோ கிடக்கல்ல பம்பரம்...”

“இங்கே ஏதப்பா பம்பரம்?”

“அடெ! கண்ணுகூடத் தெரியல்லே?”

“நல்லாத் தெரியுது. கஞ்சா நெஞ்சுலே போய்ச் செய்யற வேலை.”

“தெரியுதா? அப்படி வாங்க வழிக்கு. திருமூலர் சொல்றாரு,

‘மரத்தை மறைத்தது மாமர யானை,

மரத்தில் மறைந்தது மாமர யானை.’

மரம் இன்ன ஓடனே பம்பரம் ஞாபகம் வருது. மொதல்லே ஒரு தோட்டமிருக்குது, அதுக்கு ஒரு சொந்தக்காரன் இருக்கான்.”

“தோட்டம் முதலா? சொந்தக்காரன் முதலா?”

“அட, இரு அப்பேன்! கோழி முதலா முட்டை முதலா என்கிற சண்டைக்கு அப்புறம் வாரேன். இந்தப் பம்பரம்... இந்தப் பம்பரம்...... என்னா சொன்னேன். அது போகட்டும்...... தோட்டக்காரன் பொறக்கறப்பொ தோட்டத்தை இடுப்பிலா சொருகிக்கிட்டு வந்தான். போறப்பவும் எடுத்துக்கிட்டு போகமுடியாது. காதறுந்த ஊசியும் வாராது காண் கடைவழிக்கே. இந்த மாதிரி நிலையிலே சொத்து, சுதந்திரம்னு எந்த முட்டாள் பய கல்பனை பண்ணி வெச்சானோ தெரியல்லே! போகட்டும். மரம்தான் இவன் வெச்சுப் பயிராக்கினானா? இல்லை. தானே முளைக்கிறது. அப்ப ஒரு மொதலாளி வந்து அந்த மரத்தை வெலை வச்சு எட்டு ரூபாய்க்கு எடுத்துக்கிட்டு போறான்... நான் கேக்கறேன்... மழைத் தண்ணி, காத்து வெயில், பூமாதேவி, தானே முளைக்கிற மரம் இவ்வளவுக்கும் வெலை வச்சு எதுக்காக நிலச் சொந்தக்காரனுக்குக் கொடுக்க வேணுமின்னு தெரில்லே. ஆனா இதுகூடத் தேவலாம்போல இருக்கு. அடுத்த மவராஜனை நினைச்சுக்கிட்டா.

அவன் மரப்பட்டறை வெச்சிருக்கான். இந்த மரத்தை வாங்கிக்கிண்டு வந்து தச்சனை வெச்சு வண்டிக்குடம், நாற்காலி இவ்வளவும் பண்ணச் சொல்லி வித்து லாபம் தட்றான். மரத்துலே விழற துண்டை பம்பரமாய்ப் பண்ணிக் குவிக்கச் சொல்றான்.

அப்புறம் பம்பரம் கடைக்காரன்கிட்டே போய்ச் சேருது. அவன் எவனோ ஒரு கொல்லனைப் பிடுச்சு ஒவ்வொண்ணுக்கா ஆணி அடிச்சுக் கடையிலே வைக்கறான். பசங்க அள்ளிக்கிட்டுப் போயிடுறான்கள். மரம் ஷாப்புக்கடையிலே பம்பரமாக மாறதுக்குள்ளே பம்பரத்தின் வெலையிலே என்னென்ன ஏறி உக்காந்து இருக்குன்னு எந்த மடையனாச்சும் யோசிக்கிறானா? மரப்பட்டறை மொதலாளி முதல், லாபம். அப்பறம் ஷாப்புக்கடை

மொதலாளி ஒடைய கடை வாடகை, லாபம், வசூலாகாத கடன், கடை முதலுக்கு வட்டி, பெண்டாட்டி நகையின் விலை, தர்மச் செலவு இவ்வளவும் சேந்து உக்காந்து இறுக்குது. உபயோகப்படாத மரத்துண்டுக்கு அதிருஷ்டம் அடிக்குது.

விலையை மறந்தது பம்பரம் உருவம்! திருமூலர் திருமந்திரம் அவ்வளவும் தங்கக் கட்டி. இக பரலோக தத்வங்களை எப்படி சுருங்கச் சொல்லி விளங்கவச்சிருக்காறு!......

நூறிலுரைத்தது மெய்ஞ்ஞானர் திரு

மூலருணர்ந்ததுவே ஞானம்......"

"சரிதான் ஆண்டியப்பா நிறுத்து பம்பரத்தின் கதையை."

"இல்லியே திருமூலரைப் பத்தியல்ல சொ..ல்...லிக்... கிட்.... டி.... ருந்தேன்..."

"கொர்... கொர்..."

"ஆண்டியப்பன் தகரடப்பா மூடிப்போச்சுடா. அவன் என்னமோ பம்பரத்தைப் பத்தி சொன்னானே. இன்னும் விஷயம் கொஞ்சம் கூட இருக்கிறது, அவனுக்குத் தெரியாது போலிருக்கு. திருமூலர் இன்னானே, அழுகுணி சித்தர் அழறார் பார், அப்பிடி அழறார்! அதைவிட எனக்கு அழுகை வந்துவிட்டது பாத்துக்க. என் கிட்டெ ஒரு மரக்கட்டைப் பம்பரம் இருந்துச்சு, அது எப்படி எங்கிட்டெ வந்துச்சுன்னா, என்கிட்டெ ஒரு முழு மயிலிறகு இருந்துச்சு. ஒருத்தன்கிட்டெ குடுத்துட்டு இதெ வாங்கிக்கிட்டேன். கொஞ்சநாள் வெளையாடினேன். அப்பறம் ஆணி விழுந்துடிச்சு. மூலையிலே போட்டுட்டேன்.

ஒரு பத்து நாள் கழிச்சு நானும் தங்கச்சியும் திண்ணையிலே குந்திட்டிருந்தோம். அடுத்த வீட்டு சுக்கரமணியன் ஒரு பம்பரத்தைக் கொணாந்து சவுக்காய் விட்டான். எனக்குப் பம்பரம் உடணும்னு ஆசை. அதெ வாங்கி ஆடினேன். தங்கச்சி கேட்டா, 'ஒன் பம்பரம் எங்கே'னுட்டு. இதோ விளையாடறேனே இதுதான் இன்னேன். ஆணி கழண்டு போய் பம்பரத்தை உள்ளே போட்டிருந்தேன். சுக்கரமணியன் எடுத்துக்கிட்டுப் போய் ஆணி போட்டு வச்சிருக்கான் போல இருக்குது.

'ஏண்டா அப்பிடித்தானா சுக்கரமணியா' இன்னாள் தங்கச்சி.

'எனக்கு பம்பரம் அம்புட்டுச்சு, அரையணா செலவு செஞ்சு ஆணி போட்டேன். இப்பொ ஒங்க பம்பரம் ஆவுமா?'

'என் தங்கச்சி ஏண்டா பம்பரத்தைத் திருடினே' இன்னு அவனைக் கேட்டாள். அவன் பம்பரத்தை எடுத்துக்கினு அழுதுகினே ஓடிப்போயிட்டான். அதிலேயிருந்து களேபரமாய்ப் போச்சு, எங்க வீட்டுப் பொம்பிள்ளைங்களுக்கும் அவுங்க வீட்டு பொம்பிள்ளைங்களுக்கும் லடாய்... வாய்ச்சண்டை, கூச்சல், அப்பறம் கைச்சண்டை வரும் போலாயிடுச்சு. நல்லவேளையா ஆம்பிள்ளைங்க வந்து சேந்தாங்களேன்னு நினைச்சுக்கிட்டேன். படார் இன்னு கைகலந்து போச்சு. அப்பறம் போலீஸ், கச்சேரி, வக்கீல், இழவு, காடாத்து. என் மாமனுக்கு ஒண்ணரை மாசம் ஜெயில்...அதிலே எனக்குச் சீ இன்னு போயிடுச்சு. சொத்து, சுதந்திரம் இதனாலேயேதானே இவ்வளவு தும்பமும்! வர கோளாறெல்லாம் மனசாலே என்று நினைச்சுக்கிட்டு வீட்டை விட்டுக் கிளம்பினவன்தான். திருக்கூட்டத்திலே சேர்ந்துபூட்டேன், அந்தப் பம்பரத்தின் கதையை இப்பொ நினைச்சுக்கிட்டாக் கூட அழுகை வருது..."

"இப்படி இவர்கள் பேசிக்கொண்டிருக்கும் பொழுதே.

"பூட்டைத் திறப்பதும் கையாலே-மனப்
பூட்டைத் திறப்பதும் மெய்யாலே
வீட்டைத் திறக்க முடியாமல் விட்ட
விதியி தென்கிறார் ஞானப்பெண்ணே!"

பாடிக்கொண்டே ஒரு பெரிய பண்டாரம் வந்தார்.

"ஏங்கறேன். என் ஜோல்னாப்பையைக் காணுமே!" என்றார்.

சின்னப் பண்டாரம் ஒருவன் சொன்னான்.

"சாமி படுத்துக்கிட்டு தியானம் பழகிச்சல்ல. ஆண்டியப்பனும் பழகணும்னு நினைச்சுக்கிட்டான். அவனைக் கேட்டால் தெரியும்-பை எங்கேன்னுட்டு."

சாமியார் திரும்பிப் பார்த்தார். ஆண்டியப்பன் அலங்கோலமாய் உட்கார்ந்தபடியே தூங்கிக்கொண்டிருந்தான். பக்கத்தில் பை கிடந்தது. திறந்து பார்த்தார். சரக்கே சுத்தமாய் இல்லை. ருத்ரன் வந்துவிட்டார். அடுத்த நிமிஷத்தில் ஆண்டியப்பன் தலையில் ஒரு குடம் ஜலம் விழுந்தது.

ஆண்டியப்பன் உதறிக்கொண்டு எழுந்தான்.

“குருவை கிட்டெவச்சுக்காமே இந்த வித்தையெல்லாம் பழகாதே. இப்போ தலையிலே ஜலம் ஊத்தினேனே பொழச்சையோ. இல்லாட்டி...” என்று சொல்லிவிட்டுத் திரும்பிப் போனார் பெரிய சாமியார். சும்மா போகப்படாதா?

“கள்ளுண்டு தள்ளுண்டு நில்லாதே

பின் கஞ்சா உறக்கமும் கொள்ளாதே;

உள்ளுண்டு சோமக்கலையா தியானத்தை

ஊட்டுக் கும்மியடியுங்கடி.”

மந்திர மை

கோடி வீட்டு மாணவன் குமாரகிருஷ்ணன் இறந்துபோன விதம் பெரிய புதிராக இருந்தது. இரவு படுக்கையில் படுத்தவன் காலை வெகு நேரமாகியும் மாடியிலிருந்து இறங்கிக் கீழே வரவில்லை. தாயார் மாடி அறைக்குப் போய்ப் பார்த்தாள். கதவு சாத்தியபடியே இருந்தது. லொட் லொட்டென்று இரண்டு மூன்று தடவை தட்டினாள். பதில் இல்லை. பெயர் சொல்லி இரண்டு மூன்று முறை கூப்பிட்டாள். அப்போதும் பதில் இல்லை. தாயாருக்குப் பயம் வந்துவிட்டது. கீழே போய்க் கணவரை அழைத்து வந்தாள். அவர் ஆண்பிள்ளை அல்லவா?

“சினிமாவுக்குப் போகாதே என்றால் போகிறது. பிறகு வந்து மூதேவி மாதிரி தூங்குகிறது” என்று இரைந்துகொண்டே கதவை ஓங்கிக் குத்தினார் அவர். ஊஹூம்! அப்போதும் பதில் இல்லை. தகப்பனாருடைய அதிகார தோரணை இருந்த இடம் தெரியவில்லை. கால் கையெல்லாம் நடுக்கம் எடுத்தது. மெதுவாகக் கீழே போய்க் கடப்பாரை ஒன்றைக் கொணர்ந்து கதவை நெம்பி எடுத்தார்.

குமாரகிருஷ்ணன் குப்புற மெத்தையில் படுத்திருந்தான்! குனிந்து பார்த்தார். மூக்கில் ரத்தம்! தொட்டுப் பார்த்தார். வாழைத் தண்டுபோல் உடம்பு ஜில்லிட்டிருந்தது. வாய் பேசாது மனைவியின் முகத்தைப் பார்த்தார். தாயார் விஷயத்தை உணர்ந்துவிட்டாள்!

கண்ணிலிருந்து நீரை ஆறாகப் பெருக்கினாள். அலற ஆரம்பித்தாள். தகப்பனாருக்கு இப்போது வேறுவிதமான திகில் பிறந்தது.

உரக்க அலறிவிட்டால் தெருவாசிகள் வந்து கூடிவிடப் போகிறார்களே! துர்மரணம் அது, இது - என்று பரதேசித் தபால் கிளம்பி, போலீஸ், கீலீஸ் வந்துவிடப் போகிறதே. மானம் போய்விடுமே என்ற நடுக்கம். கத்தாதே என்று மனைவிக்கு எச்சரிக்கை செய்தார். தாயார் முன்றானையால் வாயை மூடிக்கொண்டு மழைக் காலத்து மேகம்போல் முகம் கனத்துக் கண்ணீர் பொழிந்தாள்.

அதற்குப் பிறகு வெகு சொற்ப நேரத்துக்குள் சவத்தைச் சாதாரணமான சடங்குகளோடு அப்புறப்படுத்திவிட்டனர்...

இது நடந்து கொஞ்ச நாட்கள் ஆன போதிலும் தெருவில் உள்ளவர்களும் ஊரில் உள்ளவர்களும் இதையே பற்றிப் பேசிக்கொண்டிருந்தார்கள்.

"அந்தப் பையனுக்குப் போன வருஷமே பிடிச்சு மாரடைப்பு வியாதி என்று கேள்வி. அதுதான் திடீரென்று அடிச்சூட்டுது" என்றார் ஒருவர்.

"அதெல்லாம் இல்லை. இவனுக்கும் இவன் தகப்பனாருக்கும் பிடிக்காது. அவன் சின்னப் பையனாக இருக்கிற காலத்திலேயே அவனைப் படாத பாடு படுத்துவார். தகப்பனார் வெறும் பாஷண்டி. பையன் விபூதி, அது இது பூசிக்கொண்டு கர்நாடகமாக இருப்பான். தினம் நூறு ஸ்ரீராம ஜபமாவது எழுதாமல் இருக்க மாட்டான் என்றால் பார்த்துக்கொள்ளேன். என்ன மனஸ்தாபமோ என்னவோ? பையன் பாஷாணத்தைத் தின்றுதான் 'சவாரி'யாகி விட்டான்! இல்லாவிட்டால் பிணத்தை இவர்கள் அவ்வளவு அவசர அவசரமாகக் கொண்டுபோக ஏற்பாடு செய்திருக்க வேண்டிய அவசியமே இல்லையே" என்று மறுத்துப் பேசினார் மற்றொருவர்.

அவனுடைய நண்பன் என்ற ஹோதாவில் சில விஷயங்கள் எனக்கு நேரில் தெரியும். அதை வேறு யாருக்கும் இதுவரைக்கும் நான் சொன்னதில்லை.

எத்தனை நாள் தெருவிலே ஜால வித்தைகளைப் பார்த்துக்கொண்டே

அவன் காலேஜுக்கு நேரம் கழித்துச் சென்றிருக்கிறான் தெரியுமா? எத்தனை நாள் என்னையும் போகவொட்டாமல் தடுத்திருக்கிறான் தெரியுமா?

“கால் மந்திரம், அரை மந்திரம், முக்கால் மந்திரம், முழு மந்திரம் தெரிஞ்சா உடாதிங்கோ. வித்தை பலிக்காது. வவுத்திலே மண் விழுந்து போகும்... அடி ஜக்கம்மா, பொம்மக்கா, மலையாள பகவதி... வாடீ அரசமரத்து நுனிக் கிளை வழியா” என்று செப்பிடு வித்தைக்காரன் சொல்லிச் சிறிய டப்பாவிலிருந்து மையெடுத்துக் கண்ணுக்கு இட்டுக்கொள்ளும்போதெல்லாம் குமாரகிருஷ்ணனுக்கு மையைப் பெறும் தந்திரத்தை அறியவேண்டுமென்ற ஆசை எழும்.

சில மாதங்களுக்கு முந்தி ஒரு மாறுதல் அவனிடம் ஏற்பட்டது. தெருவில் நடப்பது எதைக் கண்டாலும் நின்று பாராமல் தன் வழியே போக ஆரம்பித்தான். எனக்கு இது பெரும் வியப்பாக இருந்தது. அவனை நெருக்கிக் கேட்டதும் விஷயம் விளங்கிற்று. ஒரு ஜால வித்தைக்காரனுக்கு நிறைய ரூபாய் கொடுத்து இந்த மை சம்பாதிக்கும் தந்திரத்தை அறிந்துகொண்டு விட்டானாம். அந்த முறையை என்னிடம் காதோடு காதாக அவன் சொன்னதும் நான் சிரித்தேன்.

“இதெல்லாம் பொய்போலத்தான் இப்போது தோணும். மாட்டுப் பொங்கலுக்கு அடுத்த நாள் காலை ஏழு மணிக்கு உண்மை தெரியும்” என்று உண்மையை அறிந்தவன்போல வெகு அடக்கத்தோடு எனக்குப் பதிலுரைத்தான்.

மாட்டுப் பொங்கலன்று அந்திப் பொழுது. தெருவெங்கும் கூட்டம். மூலைக்கு மூலை சாமந்திப் பூவை விற்றுக்கொண்டு சிறு குட்டிகள் நின்றுகொண்டிருந்தனர். பக்கத்தில் நெட்டி மாலைகளைச் சிறுவர்கள் விற்றுக்கொண்டிருந்தனர். தெருவெங்கும் மஞ்சள் இலையும் இஞ்சி இலையும் கருப்பங் கொழுத்தாடையும் இறைந்து கிடந்தன.

அன்று குமாரகிருஷ்ணன் ஆற்றங்கரைக்கு வெளியே உள்ள அரசமரத்து மேடையில் உட்கார்ந்திருந்தான். எனக்கு இந்த மாட்டுப்பொங்கல் ஞாபகமே இல்லை. ஆனால், இவனை அரசமரத்து மேடையில் கண்டவுடன் முன்னால் சொன்ன விஷயம் ஞாபகம் வந்தது.

"இதெல்லாம் பைத்தியக்காரத்தனம்டா. நீ போக வேண்டாம்" என்றேன்.

அவன் கேட்டால்தானே! சரி, என்னதான் ஆகிறது பார்க்கலாம் என்று நானும் உட்கார்ந்துவிட்டேன்.

"மாட்டுப் பொங்கலுக்கு ஆற்றுக்கு மாடுகள் வர இன்னும் நேரம் ஆகவில்லையா?" என்று நிமிஷத்துக்கு ஒருதரம் என்னைக் கேட்டான். இதோ வந்துவிடும் என்று பதில் சொன்னேன்.

கடைசியாக மணிச் சத்தம் கேட்டது. அதுதான் ஆற்றங்கரைக்கு வரும் முதல் மாடு. காளி அம்மன் கோயில் மாடு. நல்ல காராம்பசு. சிவப்பு வெல்வெட்டிலே சதுரமாகத் தைத்து முதுகின் மேல் போடப்பட்டிருந்தது. கழுத்திலே பெரிய வேப்பிலைக் கொத்தில் மறைந்து ஒளிய பார்க்கும் மணி. கொம்பெல்லாம் சீவி அழகாகப் பொன் வர்ணம் பூசப்பட்டிருந்தது. எல்லாவற்றுக்கும் மகுடம் இட்டதுபோல் மாட்டின் நெற்றியில் திலகம்போல் குங்குமம் இடப்பட்டிருந்தது. மாட்டுக் கழுத்தின் கீழுள்ள சதை இங்கும் அங்கும் அலைய, காதுகள் தழையத் தழையக் காளியம்மன் கோயில் பசு அழகாக வந்துகொண்டிருந்தது.

அருகில் வந்ததும் குமாரகிருஷ்ணன் மாட்டின் பக்கம் பாய்ந்து ஓடினான். அப்போதுதான் அவன் கையில் பச்சை ஓந்தி ஒன்று இருப்பதை நான் பார்த்தேன். இவன் பாய்ந்தவுடன் ஓந்தி சிவப்பாக மாறிவிட்டது. மாட்டின் கொம்பில் ஓந்தியை அடித்ததும் அது நீலமாக மாறிய விந்தையில் நான் லயித்துப் போய்விட்டேன். அதற்குள் குமாரகிருஷ்ணன் ஆற்றின் பக்கமாக ஓடிப்போய்விட்டான். நானும் பின்தொடர்ந்தேன்.

குமாரகிருஷ்ணன் முழங்கால் மட்டு ஜலத்தில் நின்று வாதாடிக்கொண்டிருந்தான்.

"அது முடியாது. என்னை அழைத்துக்கொண்டு போகாவிட்டால் உன் குச்சியைத் தரமாட்டேன்" என்று பிடிவாதமாகச் சொல்லிக்கொண்டிருந்தான்.

விவரம் எனக்குத் தெரியுமல்லவா? "மாட்டுப் பொங்கலன்று பவனிவரும் முதல் மாட்டின் கொம்பின் மீது ஒரு பச்சை ஓந்தியை அடித்தால், ஒரு கிழவன் கையில் ஊன்றுகோலுடன் உடனே

தோன்றுவான். அவன் ஆற்றங்கரைப் பக்கம் ஓடுவான். நீயும் கூடவே ஓடு. கிழவன் ஜலத்தில் இறங்கியதும் அவன் கையிலிருக்கும் குச்சியைப் பிடுங்கிக்கொண்டு, ‘மந்திர மை வேண்டும். சம்பாதித்துத் தா. இல்லாவிட்டால் குச்சியைத் தரமாட்டேன் என்று சொல்லு’ என்று ஜால வித்தைக்காரன், குமாரகிருஷ்ணனுக்குச் சொல்லியதாக எனக்குத் தெரியுமல்லவா?

ஒரு மணி வரையில் ஜலத்திலேயே குமாரகிருஷ்ணன் நின்று அந்தக் கிழவனோடு வாதாடிக் கொண்டிருந்திருக்க வேண்டும். ஏனென்றால் பிறகுதான் கரைக்கு வந்தான். நான் மணலிலே உட்கார்ந்துகொண்டு ஆகாயத்தையும் மனிதனை மயக்கி இழுக்கும் மந்திர மையையும் பற்றி யோசித்துக்கொண்டிருந்தேன்.

அவன் மணலேறி வந்தான்.

“ஏய்! இதோ கிழவனாரோடு சுடுகாட்டுக்குப் போகிறேன். கிழப் பிசாசு என்னை அழைத்துக்கொண்டு போகிறது. இதோ பார் அதனுடைய கழி, நாளைக் காலம்பர வீட்டுக்கு வா. மந்திர மையைப் பார்க்கலாம்... பின் சிரிக்கலாம். இல்லாவிட்டால் தப்பு தப்பு என்று கன்னத்தில் போட்டுக்கொள்ளலாம்” என்றான்.

அப்போதுதான் நான் உண்மையாகவே அவனுடைய நிலைமையைப்பற்றிக் காபுரா அடைந்தேன். மாட்டுப் பொங்கலன்று கிழவனும் தோன்ற மாட்டான், மண்ணாங்கட்டியும் தோன்றாது! என்னவோ பிடிவாத வெறியில் பேசுகிறான். பிறகு எல்லாம் தெளிந்துபோகுமென்று நான் முதலில் நினைத்திருந்தேன். நண்பன் வந்து, “கிழவனுடன் சுடுகாட்டுக்குப் போகப் போகிறேன்” என்று சொல்லவும் என் மனம் திடுக்கிட்டது,

“இதெல்லாம் கண் மயக்கமடா. வீட்டுக்குப் போவோம்” என்றேன். அவன் இசையவில்லை.

“நீ வீட்டுக்குப் போ, வருகிறேன் மையுடன்” என்று சொல்லிவிட்டு ஆற்றின் வழியாக மேற்கே நடந்து செல்ல ஆரம்பித்தான்.

நான் வீட்டுக்குத் திரும்பிப் போய்விடலாமா என்று கூட எண்ணினேன். மனம் வரவில்லை. குமாரகிருஷ்ணனுக்குத் தெரியாமல் பின்னாலேயே சென்றேன்.

ஆற்றின் கரையோரத்திலேயே சுடுகாடு. ஜலம் அரித்து ஓடிக்கொண்டிருந்தது ஓர் ஓரத்தில். நான் நெளிவாக ஓடிப்போய் ஒரு குட்டிச்சுவரின் ஓரத்தில் ஒண்டிக்கொண்டேன்.

சிதையில் ஏதோ ஒரு பிணம் எரிந்துகொண்டிருந்தது. பக்கத்திலிருந்த ஆலமரத்தின் நிழலும் விழுதுகளும் பாம்புகள் போல் பின்னிக்கொண்டு கிடந்தன.

ஆந்தைகள் மரத்தின் மேலே காதற்கதை பேசிக்கொண்டிருந்தன. சந்திரன் விரிந்த வெண்குடைபோல் வானில் திறந்து கிடந்தது. பழந்தின்னி வௌவால்கள் குறுக்கே. பறந்தன. நிசப்தம்.

குமாரகிருஷ்ணன் சுடுகாட்டுக்குள்ளே வந்தான். கையில் விடாப்பிடியாகக் குச்சியை வைத்திருப்பதுபோல் வலக்கையைக் கெட்டியாக மூடிக்கொண்டிருந்தான். மெதுவாகக் காற்றொன்று அடித்தது. நிசப்தம் கலைந்தது. ஆலமரத்து நிழல்கள் ஊர்ந்தன. விழுதுகள் ஊசலாடின. நிழல்களெல்லாம் சேர்ந்து பிணம் எரிந்த மேடையைச் சுற்றி காற்றில் வட்டமாக ஆடின. நிழல்களைப் பார்க்கப் பார்க்க எனக்குக்கூடப் பிரமை உண்டாய்விட்டது. எவ்வளவு பிசாசுகள்! எவ்வளவு பிசாசுகள்! இதில் பெண் பிசாசுகள் வேறு! காற்று பலத்தது. பனைமரங்களின் மட்டைகள் சட சடவென்றன. நிழல்கள் வேகமாக ஒன்றை ஒன்று துரத்தின. ஒரு நரி எங்கோ ஒரு புதரிலிருந்து சந்திரனைப் பார்த்து ஒப்பாரி வைத்தது. பின்னும் ஒரு நிமிஷம். பேய்க்காற்று மரங்களிடையில் பாடிற்று. சந்திரன் தப்புக் கொட்டினான். பிசாசுகள் நடனமாடின.

ஐந்தாறு நிமிஷத்துக்குள் குமாரகிருஷ்ணன் திரும்பிப் பாராமல் பக்கமாக ஓட்டமெடுத்தான். அப்போது அவனது வலதுகை முன்போல் இல்லை. கட்டைவிரலும் ஆள்காட்டி விரலும் ஏதோ ஒரு சிறு வஸ்துவைப் பிடித்துக்கொண்டிருப்பதுபோல் சேர்ந்திருந்தன.

ஜாலவித்தைக்காரன் அவனுக்கு உபதேசம் பண்ணியதில் இரண்டாவது பாகம் என் நினைவுக்கு வந்தது.

'சுடுகாட்டுக்குப் போனதும் நடனம் செய்யும் பிசாசுகளுக்குள் பெண் பிசாசாகப் பார்த்து அதன் தலைமயிர் ஒன்றைப் பிடுங்கி எடுத்துக்கொண்டு ஆற்றை நோக்கி ஓட வேண்டியது. ஆற்று நீரில் அந்த மயிரை நனைத்து எடுக்கு மட்டும் பிசாசுகள் நாட்டியமாடும்

பக்கம் திரும்பிப் பார்க்கவே கூடாது. பார்த்தால் போச்சு! திரும்பிப் பார்க்காமல் நனைத்து எடுத்துக்கொண்டு வந்து, அதைக் கருக்கிக் கண்ணுக்கு இட்டுக்கொள்ளும் மையுடன் சேர்த்துவிட்டால் அதுதான் ஜால மை'. இப்படிச் சொல்லியிருந்தான் அல்லவா? அந்தக் கட்டம் இப்போது நடப்பதைக் கண்டேன்.

குமாரகிருஷ்ணன் திரும்பிப் பார்க்காமல் விழுந்தடித்து ஓடினான். திரும்பிப் பார்க்காமல் இருக்கவேண்டுமே என்று நான் பிரார்த்தனை கூடச் செய்தேன். இன்னும் ஒரு விநாடி! நீரில் நனைத்து எடுத்திருப்பான். ஆனால் அவனை அறிந்தோ அறியாமலோ தலை சுடுகாட்டுப் பக்கம் திரும்பிவிட்டது. அவ்வளவுதான்! திடீரென்று சாய்ந்தான். நான் ஓடினேன். ஜலத்தை வாரி முகத்தில் அடித்தேன். அவன் மூர்ச்சை தெளிந்து கண் திறந்தான். கையைப் பார்த்துக்கொண்டான்.

“மயிர் எங்கே?” என்றான்.

நான் பதில் சொல்லவில்லை. அவன் வெறிக்கப் பார்த்தான்.

“சரி, வா போவோம்” என்றேன்.

பதில் சொல்லாமல் வந்தான். அவனுக்கிருந்த சோர்வு, அது, இது ஒன்றுமே அப்போது காணவில்லை. மெதுவாக அவனுடைய வீட்டு வரையில் அழைத்துக்கொண்டு வந்தேன். அவன் பெற்றோர்களிடம் நடந்ததையெல்லாம் சொல்லுவோமா என்றுகூட ஒரு கணம் யோசித்தேன். தைரியம் வரவில்லை. சிவனே என்று வீட்டுக்குப் போய்விட்டேன். மறுநாள் காலையில் இந்தச் சமாசாரம்!

விளக்கு

மெழுகுவர்த்தி வரிசையை ஒவ்வொன்றாகக் கொளுத்தி வைத்ததுபோல, ஒவ்வொரு பாடகராக மல் ஹார் ராகத்தை ஆலாபனை செய்துகொண்டு வந்தனர். தர்பார் மண்டபத்தில் இசை வெள்ளத்தின் அலைகள் எழுவதும் விழுவதுமாக இருந்தன. உள்ளக் கடலில் சிற்றலையாக எழுந்த நாத இன்பம் வரவரப் பேரலையாகி, சபையில் உள்ளவர்களைப் பிரமிக்க வைத்துக் கொண்டிருந்தது. முதலில் பாடியவரைவிட என்னதான் அடுத்தவர் பாடிவிட முடியும் என்று ரஸிகர்கள் சர்ச்சை செய்து கொண்டிருக்கும் பொழுதே இரண்டாவது அலை முதல் அலையை விழுங்கிவிடுவது போலப் பாட்டின் தரம் ஏறிக்கொண்டே வந்தது. சபையின் உற்சாகமும் கரைபுரண்டு கொண்டிருந்தது.

கடைசியாகப் பாட ஆரம்பித்தார் தான்சென். தான்சென் அரைப் பைத்தியம் என்று பெயர் வாங்கியவர். இரண்டு கால்களையும் மண்டி இட்டுக்கொண்டு உட்கார்ந்த உடனே புலியைப்போல் இரண்டுதரம் உறுமினார். மலைக் குகையில் ஆண் புலி தரைக்கருகில் வாயை வைத்துக்கொண்டு உறுமும் பொழுது எழும் அதிர்ச்சி திக்குகளையும் காட்டையும் கலங்க வைப்பது போன்று ஓசை பரவிற்று. புலியும் இல்லை; ஒன்றும் இல்லை என்று சபையினருக்கு நன்றாகத் தெரிந்த போதிலும் தங்கள் குலைநடுக்கத்தைத் தடுக்க முடியவில்லை. மேதையின் சேஷ்டை என்ற எண்ணத்தையும் விலக்க முடியவில்லை

உண்மையை அவர்கள் கண்டார்களா? அதுதான் அவருடைய குரு வணக்கம்! அந்த உறுமல் காரணமாகத்தான் இந்த இசை உலகத்திலே அவர் புகும்படி நேர்ந்தது. அந்தச் சம்பவத்தை அவரால் எப்படி மறக்க முடியும்?

தான்சென் சிறு பிள்ளையாக இருக்கும்பொழுது அவர்கள் குடும்பத்திற்கு ஒரு புன்செய்த் தோட்டம் சொந்தமாக இருந்தது. வெகு சிரமப்பட்டுக் குடும்பத்தினர் அதில் பயிரேற்றி மரம் நட்டு வளர்த்து வந்தனர். ஆனால், அதனுடைய பயன் அவர்களுக்குக் கிட்டுவதில்லை. தோட்டம் ரஸ்தா ஓரமாக இருந்தபடியால், வழிப்போக்கர்கள் தோட்டத்தில் கை வைக்காமல் போவதே இல்லை.

தோட்டத்திற்குக் காவலாக இருக்கும்படி தான்செனை அவனுடைய தகப்பனார் நியமித்திருந்தார். சிறு பையனாக இருந்தபோதிலும் தான்செனுக்கு ஒரு யுக்தி தோன்றிற்று. தோட்டத்திற்குள் செடி மறைவில் ஒளிந்துகொண்டு ஆண் புலியைப்போல் உறுமினான் கண்ணால் தோட்டத்தைப் பார்த்த வழிப்போக்கர்கள் காதில் புலியின் உறுமல் விழுந்ததும் அவர்களைப் பயம் கவ்விக்கொண்டது. தோட்டத்திற்குள் எங்கோ புலி இருக்கிறதென்று கருதினார்கள். நாளாவட்டத்தில் அந்தப் பாதை வழியே ஜனங்கள் செல்வதுகூட அருகிவிட்டது,

ஒருநாள் இரண்டு சாதுக்கள் பாதை வழியே சென்றனர். அவர்களைக் கண்ட தான்சென் புலியைப்போல் உறுமினான். ஒரு சாது பிழைத்தேன் என்று ஓடிவிட்டார். சாது ஹரிதாஸ் மட்டிலும் தைரியமாகத் தோட்டத்திற்குள் நுழைந்து பார்த்தார். தான்சென் செடி மறைவில் ஒளிந்துகொண்டிருந்தான்! சாது ஹரிதாஸுக்குத் தான்செனுடைய திறமையில் அபார பற்று உண்டாயிற்று. எனவே, தனக்குத் தெரிந்த இசைக் கலையைப் பையனுக்கு அன்றுமுதல் புகட்டி வைக்க ஆரம்பித்தார். வெகு சீக்கிரத்தில் அவன் ஒப்பற்ற இசைமேதையாகிவிட்டான். மேதையாய்ப் போய்விட்ட பிறகும்கூட, தோட்டத்துக் காவல் வேலை ஒரு கதையாகப் போய்விட்ட பிறகும்கூட, தான்சென் பாட ஆரம்பிக்கும் பொழுதெல்லாம் புலியைப்போல் உறுமாமல் துவங்குவதில்லை. உறுமலே தான்செனின் குரு வணக்கம்! ஆனால், சபையினர் இந்த ரகசியத்தைக் கண்டார்களா?

மூன்றாம் தரம் உறுமிவிட்டு, தான்சென் மல்ஹாரையே பாட ஆரம்பித்தார். விளம்ப காலம்! தொடங்கிய சில நிமிஷங்களுக்குள் இவருக்கு முன்பு பாடியவர்கள் ஆலாபனை எல்லாம் சுத்தமாக மறந்துபோய்விட்டது. மண்டபத்தின் சம்கி வேலை செய்த விதானத்திலிருந்து தொங்கிய வெல்வெட் பாபட்டாக்கள் காற்றில் ஊசலாடவில்லை, பாட்டில் ஆடுகின்றன என்று ஒரு ரசிகர் தன் உணர்ச்சியை உருவகப்படுத்திக்கொண்டிருந்தார். கல்தூண் குதிரைகள் காதை நெறிக்குமா என்று மற்றொருவர் எண்ணமிட்டுக்கொண்டிருந்தார். இப்படியே ஒவ்வொருவரும் ஒவ்வொரு பிரமையுடன் தடுமாறிக்கொண்டிருந்தனர்.

விளம்ப காலம் துரித காலமாக மாறிற்று. நள்ளிரவில் புதை வாணங்களைக் கொளுத்தியது போல சாரீரம் விசும்பி எழுந்து, ஒலி மலர்களாக உதிர்ந்தது சீர் வாணங்களைப் போல் ஜாருக்கள் விரைந்து நெளிந்து சரிந்து விழுந்தன. பிர்காக்கள் அவுட் வாணத்தைப் போல் உணர்ச்சி பொதிந்த இன்னிசையைக் கொட்டின. மண்டபம் வானமாகிவிட்டது. ரசிகர்கள் தேவர்களாகிவிட்டனர்.

சமயம் பார்த்துத் தான்சென் ஒரு விநாடி ஓய்ந்தார். யாரோ ஒருவர் அவரை நெருங்கி, ‘தங்கள் காதலி வந்திருக்கிறார். அரண்மனைச் சேவகர்கள் உள்ளேவிட மறுக்கிறார்கள்’ என்றார். ‘யாரிடமாவது சொல்லி, எப்படியாவது அழைத்து வந்துவிடு’ என்று சொல்லிவிட்டு, தான்சென் சபையினரைப் பார்த்தார். அகல விரித்த ஆயிரம் கண்கள் அந்தரத்தில் நிற்கிறோமே என்று முறையிடுவது போலிருந்தது.

மல்ஹாரை விட்ட இடத்திலிருந்து தொடர்ந்து பாடி முடித்தார். சபையினரின் கரைகடந்த இன்பவெறி பெருத்த ஆரவாரமாக மாறிற்று.

அப்பொழுது ஒரு பாடகர் எழுந்து தலையைச் சிலுப்பிக் கொண்டார். அவர் கட்டியிருந்த சிவப்புத் தலைப்பாகை சண்டைக் கோழியின் கொண்டையைப் போலத் திகழ்ந்தது.

‘கலைஞரே! மல்ஹார் ராகத்திற்குக் காந்தாரம் உண்டா? காகலி நிஷாதமும் கைசிக நிஷாதமும் உண்டா?’ என்று வினவினார்.

இதற்குப் பிறகுதான் சபையிலிருந்த வித்வான்களுக்கெல்லாம் சுய உணர்வு திரும்பிற்று. கண்திறந்தது. "ராகமோ மாறவில்லை. பாவமோ குன்றவில்லை. ஆனால் மரபுக்கு ஒவ்வாத ஸ்வரங்கள் மட்டும் எப்படிச் சேர்ந்தன அப்படிச் சேர்ந்தும் ராகத்தின் தன்மையைக் குலைக்காமல் ஒன்றி ஏமாற்றிவிட்டனவே, என்ன விந்தை!" என்று இசை நுணுக்கப் புதிரை விடுவிக்க முயன்று கொண்டிருந்தனர்.

தான்சென் தனக்குத்தானே சிரித்துக்கொண்டே பதிலளித்தார்.

"மிதந்தாலும் மல்ஹார்தான். நிலைத்தாலும் மல்ஹார்தான். படுத்தாலும் மல்ஹார்தான். மாற்றம்தான் புதுமையின் பிறப்பிடம். விரிவுற்றுப் பரவுவதற்கான கால்வாய். இதற்குப் பெயர்தான் மியான்கி மல்ஹார்."

'பெரியவர்கள் தடுக்கி விழுந்தால் கூட'- என்று மேலே வாதமிட முயன்ற வித்வானுக்கு, சபையினர் இடம் தரவில்லை. மூலைக்கொரு குரல் எழுந்து அவரை உட்கார்த்தி வைத்துவிட்டது.

தான்சென் யாரையோ எதிர்பார்ப்பது போலக் கூட்டத்தில் கண்ணோட்டம் விட்டார். பக்கத்திலிருந்த வரையும் குறிப்பிட்டுப் பார்த்தார் 'தர்பாருக்கு வரும்படியான உடை இல்லை என்று திருப்பி அனுப்பிவிட்டார்களாம்' என்று அவர் தான்செனிடம் குசுகுசுத்தார்.

'திருப்பி அனுப்பிவிட்டார்களா?' தான்சென் மனம் இருண்டது. கண்கள் இருண்ட மண்டபம் இருண்டது. உட்கார்ந்திருந்தவர்கள் எல்லோரும் நிழலானார்கள். என்ன சொல்கிறோமென்று அவருக்கே தெரியவில்லை.

'திருப்பி அனுப்பிவிட்டார்களா? இருட்டில் உடையை எப்படிப் பார்க்க முடியும்? இருட்டில் எப்படிப் பாட முடியும்? அரண்மனையில் கூடவா இருட்டு? இங்கு கூடவா கடமையில் வழுவல்? விளக்கை ஏற்றச் சொல்லுங்கள். இருட்டு தெரியாவிட்டால், கண்ணால் என்ன பயன்? விளக்கைப் போடட்டும்' என்று தான்சென் உறுமினார்.

சபையில் இருந்தவர்களுக்கு ஒன்றும் விளங்கவில்லை. எப்படி விளங்கும்? மாலை வெயிலின் மஞ்சள் பாளம் மண்டபத்து

வளைவுகளூடே புகுந்து சபையினருடன் இசையை மாந்திக்கொண்டு கண்ணெதிரே கிடக்கும்பொழுது தான்சென் சொல்வதற்காக இருட்டிவிடுமா? விளக்கேற்றச் சொல்ல முடியுமா? அந்திக்கு முந்தி யார்தான் விளக்கேற்றுவார்கள்? பைத்தியத்தினுடைய வாடைக் காற்றோ என்ற ஐயம் சபையினர் நெஞ்சில் எழுந்த போதிலும், இனமறியாத உண்மை ஒன்று அவருடைய பேச்சில் ஒலித்தது போலவும் தோன்றிற்று. 'ஆனால், விளக்கை ஏற்ற மாட்டீர்களா? திரியைத் தூண்டி ஒளியைக் கட்டவிழ்த்துவிடமாட்டீர்களா? மாட்டீர்களா? வேண்டாம். கொளுத்த வேண்டாம். நானே கொளுத்திவிடுகிறேன்' என்று கூறிக்கொண்டே, மறுமுறை தான்சென் உறுமினார்.

ஒரு விநாடி அமைதி வழிந்தது. மறுவிநாடி தான்சென் முனகினார். பிறகு தொடர்ந்து பாட ஆரம்பித்துவிட்டார். உலைக் கூடத்தின் அடியிலிருந்து துருத்தியின் காற்று உந்தித் தள்ளும் ஜ்வாலையின் கொழுந்துகள் முதலில் தலைகாட்டின. தான்செனின் குரல் வரவர உருகிக் கம்பியாகி, மேல் எல்லையில் புகையாகி மருகிற்று. 'தீபக்' ராகமல்லவா உலவுகிறது? நெருப்பல்லவா எரிகிறது? ஒளி அல்லவா சுடர்விடுகிறது? உண்மையில் இங்கு இருட்டுத்தான். தான்செனுக்குப் பைத்தியமில்லை. இப்படி ஒரு தோற்றம் சபையினரைப் பற்றிக்கொண்டது.

ஆனால், தான்சென் இந்த உலகத்தில் இல்லை. தீபலோகத்தில் மிதந்து சென்றுகொண்டிருந்தார். குரலா, மின்னலா என்றே தெரியவில்லை. பயங்கரமான இடியின் குமுறல் மண்டபத்தில் எதிரொலித்தது. மின்னல் வெட்டியது. மண்டபத்தில் தொங்கிக்கொண்டிருந்த லஸ்தர்களும் குளோபுகளும் திடீரென்று சுடர்விட்டெரிந்தன! தீபக் ராகம் விளக்குகளை ஏற்றிவிட்டது!

சபையினர் பிரமித்தனர், திகிலடைந்தனர். இருட்டில்லாவிட்டால் சுடர்கள் முத்தைப்போல் எரியுமா? மண்டபம் இருட்டுத்தான். நாமும் நிழல்தான். தான்சென்தான் விளக்கு என்று ஒவ்வொருவர் மனத்திலும் தோன்றிற்று.

விளக்குகள் சுடர்விட்டு எரியத் தொடங்கிய உடனே தான்சென் மூர்ச்சையாகிவிட்டார். முகம் கன்றிவிட்டது இந்த உண்மை நிலையை உணர்வதற்கே சபையினருக்குச் சில நிமிஷங்கள்

ஆகிவிட்டன. பரபரப்படைந்த சிலர், தான்சென் முகத்தில் பன்னீரை வாரி இறைத்தனர்.

தான்சென் கண்களை மெதுவாகத் திறந்தார். ஆனால், கைகள் மட்டும் அவர் வயிற்றைப் பிடித்தபடியே இருந்தன! கொடிய சூலை நோய் அவரைத் திருகிப் பிழிந்துகொண்டிருந்தது கன்னத்தின் கதுப்புகளும் முகமும் வேதனையின் அலைகளை ஏந்தித் தவித்தன.

சபையினருக்கு இந்த அனுபவம் புரியவில்லை. அரண்மனை வைத்தியர்கள் தான்செனின் நாடிகளைப் பிடித்துப் பார்த்தனர். நாடிகள் சரியாகப் பேசவில்லை! நோயின் மூலமும் தென்படவில்லை! வைத்தியர்கள் ஒருவருக்கொருவர் பேசிக் கொண்டனர். ஆனால், யார் முகத்திலும் தெளிவு தோன்றவில்லை. ஒரு வைத்தியர் மட்டும் தன் பையிலிருந்த கஸ்தூரியை எடுத்து வெற்றிலையில் தடவி, தான்செனிடம் நீட்டினார்.

“நெருப்பில் நெய்யைவிட்டால் அணையுமா?” என்று தான்சென் தணிந்த குரலில் வெட்டிக் கேட்டார்.

“எங்களுக்கு ஒன்றும் விளங்கவில்லையே!”

“இதற்கு மருந்து உங்களிடம் இல்லை. தீபக் ராகத்திற்கு மருந்து மேக மல்ஹார்தான். யாரேனும் மேக மல்ஹார் பாடுவார்களா?”

இசைப் புலவர் யாரும் வாயைத் திறக்கவில்லை, தலையைத் தொங்கப் போட்டுக்கொண்டார்கள்.

இரண்டு பேருக்குத்தான் மேக மல்ஹார் பாடத் தெரியும். ஒருவர் பாடும் நிலையில் இல்லை. மற்றொருத்திக்குத் தெரியும். ஆனால், அவளை இங்கு வரமுடியாதபடி ஆசார வாசலிலேயே விரட்டி விட்டார்கள். ‘இனி என்ன நடந்தால் என்ன?’ என்று தான்சென் வருந்தினார்.

அதற்குள் ஆசார வாசல் சம்பவத்தைப் பற்றிச் சபையினர் அறிந்துகொண்டுவிட்டனர். உடனே அரண்மனைச் சேவகர்கள் பல்லக்குடன் சென்று, அவளைத் தேடிப்பிடிக்க முயன்றனர்.

பாதையோரத்தில் ஒரு கிராமக் கிணற்றண்டை அவள் தண்ணீர் இழுத்துக்கொண்டிருந்தாள். அரண்மனைச் சேவகர்களைக் கண்டதும் அவளுக்குப் பயம் உண்டாகவில்லை.

“என்னை உள்ளே போகக் கூடாதென்று அரண்மனையில் சொன்னார்கள். திரும்பிவந்துவிட்டேனே! இன்னும் என்ன?”

“உங்கள் மேல் குற்றமில்லை. அவர் எங்கள் அறியாமையைச் சுட்டிக் காட்டினார். எங்களால் அறிந்துகொள்ள முடியவில்லை. தீபக் ராகத்தைத் தான்சென் பாடியபொழுது புரிந்துகொண்டோம். அதனால்–”

‘தீபக் ராகத்தையா பாடினார்? தீபக்கையா? நானில்லாத போதா?’ என்று புலம்பிக்கொண்டே, பல்லக்கில் ஏறி அமர்ந்துகொண்டாள்.

‘ஓடு ஓடு ஓடு ஓடு! அது, கொள்ளிவாய்ப் பிசாசாயிற்றே! ஓடு! ஓடு!’

பல்லக்கு அரண்மனை வாயிலை அடைந்ததும், கரு. முகிலைத் துரத்தும் பேய்க் காற்றைப்போல், அவள் தர்பார் மண்டபத்திற்குள் புகுந்தாள்.

மண்டபம் முழுவதும் வேதனைப்படும் முகங்கள்! இசை மேடையின்மேல் தான்சென் வெல்வெட் திண்டின் மீது சாய்ந்து கொண்டிருந்தார். கண்கள் மூடி இருந்தன. கைகள் வயிற்றைப் பிடித்தபடியே இருந்தன.

‘ஆ’ என்று ஆரம்பித்தாள். மேக மல்ஹார் ராகம் இனிய காற்றாய், நீர்த் துளியாய், ஆவியாய், மேகமாய் மண்டபத்தைக் கப்பிக் கொண்டது. வேதனைப்பட்ட சபையோர்கள் முகத்தில் கூட ஒரு அசைவு கண்டது. மேக மல்ஹாரை அவள் பாடிக்கொண்டே இருந்தாள். திடீரென்று உண்மையாகவே மழை பொழியத் தொடங்கிவிட்டது. மழையைக் கண்ட கூட்டம் திகைத்தது, பிரமித்தது, தான்செனை நோக்கிற்று.

அவளும் பாடிக்கொண்டே. தான்செனை நெருங்கினாள். மேக மல்ஹார் மழையை வரவழைத்துவிட்டது. ஆனால், தான்செனின் இமைகளைத் திறக்க முடியவில்லை.

புலியின் வரிகள்

ஆதிகாலம் முதற்கொண்டே வங்காள வேங்கைக்கும் மூங்கில் கொத்துக்கும் இணைபிரியாத நட்பு. அப்பொழுது மூங்கில்களுக்குப் பொன்வர்ணம் இல்லை. பச்சையாகவே இருந்தன. புலிக்கு வரிகள் இல்லை. பழம் போன்ற வர்ணம் மட்டும் உடலில் பரவி இருந்தது.

காட்டு வழியே வரிக்கோடுகள் நடந்து வந்துகொண்டிருந்தன. ஆதி முதற்கொண்டு வரிகள் தனித்து ஓரியாக இருந்தன. தனிமையின் தன்மையில் தம்மையே உணரமுடியாமல் தவித்துக்கொண்டிருந்தன. பொருள்கள் மோதினால்தானே, இணைந்தால்தானே உணர்வு பிறக்கும், பொறி பறக்கும்? குகையை விட்டு வரும் அரிமாவைப் போல நான் என்னும் நினைப்பு, பிடரி மயிரைச் சிலிர்த்துப் பெருமிதம் அடைய முடியும்? ஆனால் வரிகள் ஒன்றியாகப் பயனற்றிருந்தன. தவிப்பை முறித்தெறியப் பாதை வழியே அவை நடந்து வந்துகொண்டிருந்தன.

'என்ன அழகிய மூங்கில் கொத்து! என்ன அழகிய புலி!' என்று, ஒரு நிமிஷம் நின்று வேடிக்கை பார்த்துக்கொண்டிருந்தன. பார்த்துக்கொண்டிருக்கும் பொழுதே விர்ரென்று விஷ அம்பு ஒன்று புலி மேல் பாய்ந்தது. காடு நடுங்க உறுமிக்கொண்டே புலி இறந்தது. புலிதான் போய்விட்டதே என்ற தைரியத்தில், கோடாலிக்காரன் விரைந்து வந்து மூங்கில்களை எல்லாம் வெட்டிச் சாய்த்து வீடுகட்ட எடுத்துப் போய்விட்டான். மிஞ்சி இருந்த இரண்டு மூங்கில்கள் உராய்ந்துகொண்டே துயரத்தால்

ஓலமிட்டன. புலிக்கு நாம் துணை, நமக்குப் புலி துணை என்று நினைத்தோமே, ஏமாந்துவிட்டோமே என்று புலம்பின.

பயந்து போய் வரிக்கோடுகள் மேலே நடந்து சென்றன. "ஓரியாக இருந்தால் இன்பம் இல்லை" என்றது ஒரு கோடு.

"இரண்டாக இருந்தால் மூன்றாவது எதிரி வருகிறான்" என்றது மற்றொரு வரி.

"பின் என்ன செய்யலாம்?"

"ஒன்றியாக இல்லாமல் இரண்டாகவும் இல்லாமல் ஒன்றிவிட்டால் இன்பம் உண்டு. பலவாக இருப்பது ஒன்றிவிட்டாலும் பகை தெரியாது. பெருமிதம் மிஞ்சும்."

"அதுதான் சரி" என்று வரிகள் முடிவு செய்தன.

கொஞ்ச தூரத்துக்கும் அப்பால் மற்றொரு மூங்கில் புதரும் புலியும் தெரிந்தன. புலியைப் பார்த்த உடனேயே வரிகள் புலியின் தோலுடன் தனித்தனியாக ஒன்றி, கறுப்புப் பட்டுப்போல் மின்னி மகிழ்ந்தன. வெயிலும் நிழலும் கலந்த மூங்கில் கொத்தும் வரிப்புலியும் எல்லாம் ஒன்றாகிவிட்டன. எது எதுவென்றே தெரியவில்லை.

கோடாலிக்காரன் வரும் வாசனையை உணர்ந்த புலி பயங்கரமாக உறுமிற்று. உறுமல் அலையலையாகப் பரவி வேடனை எச்சரித்தது. எழுந்து பார்த்தான். புலி இருக்கும் இடம் தெரியவில்லை. வெயிலும் மூங்கில்களின் நிழல்களும் மட்டுமே கண்ணுக்குத் தெரிந்தன. 'உருவத்தைப் பார்த்தால் இலக்கு வைக்கலாம். குரலைக் குறித்து எப்படி இலக்கு வைக்க முடியும்?' என்று தனக்குத் தானே பேசிக் கொண்டே போனான். கோடாலிக்காரன் புலி உறுமுகிறதென்று போய்விட்டான்.

கோடாலிக்காரனும் வேடனும் திரும்பிச் சென்றதை எட்டிப் பார்த்துக்கொண்டிருந்த மூங்கில்களுக்கு மகிழ்ச்சி பொங்கிற்று. தங்களுடைய உடல் புலியைப் போன்ற வண்ணம் கொண்டதைக் காண வியப்பாக இருந்தது.

வரி வேங்கை ஆனந்தமாய்த் தூங்கக் கொட்டாவிவிட்டது. என்ன பயங்கரமான குகைவாய், கோரப் பற்கள்!

கல் குமிழிகள்

“கல்விக்குக் கொடுப்பதைக் கடவுளுக்குக் கொடு’ இந்த வாக்கியத்தைப் பார்த்தவுடன் ஆச்சரியம் அடைந்தேன். “கடவுளுக்குக் கொடுப்பதைக் கல்விக்குக் கொடு” என்ற பிரசாரத்தை நான் அறிவேன். மூலை முடுக்குகளில் எல்லாம் அந்தக் கலை வாக்கியந்தான் எழுதப்பட்டிருக்கிறதே! ஆகையால், அதற்கு மாறாக எழுதப்பட்டிருந்த இந்த வாக்கியத்தைக் கண்டு எப்படி வியப்படையாமல் இருக்கக்கூடும்? இந்த மாதிரி எழுதிய பைத்தியம் யார் என்று தெரிந்துகொள்ள ஆசை உண்டாயிற்று. யாராய் இருக்கக்கூடும் என்று யோசனை செய்துகொண்டே திரும்பினேன்.

உப்பு அரித்துத் தேய்ந்துபோன நந்தியின் பக்கத்தில் ஒருவர் நின்று கொண்டிருந்தார்.

“யாரப்பா இதை எழுதினது?” என்று கேட்டேன்.

“கரிகாலச் சோழன்! சோழன் கரிகாலனைத் தெரியுமல்லவா? ஹிமயமலையின் சிகரத்தில் அவன் வெற்றிக் கொடியை நாட்டினான். அறியாமை என்னும் மற்றொரு ஹிமயமலையும் இருக்கிறதல்லவா? அதன்மீது கரித்துண்டு என்னும் தண்டாயுதம் பிடித்துப் படையெடுத்து இந்தக் கரிக்கைச் சோழர்கள் வெற்றி காண்கிறார்கள்” என்று சொல்லி முகத்தைக் கோணலாக்கிக் கொண்டான்.

இப்படிப் பதில் சொன்னவுடன் எனக்கு முதலில் ஓர் எண்ணந்தான் உண்டாயிற்று. எந்த ஸ்தலத்துக்கோ தீர்த்தத்துக்கோ சென்றாலும் அங்கே சில வியாபாரிகள் உண்டு. ஆனால் அந்த வியாபாரத்துக்கு முதலோ, சரக்கோ, செலவோ ஒன்றும் தேவை இல்லை. முழு முதல் இருக்கும் பொழுது மற்றவை எதற்கு? இந்த வியாபாரிக்கு பண்டா என்று பெயர். இந்த மாதிரி வியாபாரிகளில் இவரும் ஒருவர் என்றுதான் நினைத்தேன்.

ஆனால் கஞ்சாப்புகை வாசனை ஒன்று அடித்ததைக் கவனித்த பொழுது என் எண்ணம் தவறென்று தோன்றிற்று.

“நீங்கள் யார்?” என்றேன்.

“மண்டபத்தான்” என்றார், சுருக்கமாக. பொழுதுபோக்குக்காக அங்கே நான் வந்தவன்தானே? இவர் வாயைக் கிண்டினால் பொழுதுபோகும் என்று நினைத்துக்கொண்டு ஆரம்பித்தேன்.

“கலிகாலச்சோழன் என்றெல்லாம் சொன்னீர்களே எது அறியாமை? கல்விக்குக் கொடுப்பதைக் கடவுளுக்குக் கொடு என்பதா அல்லது அதைத் திருப்பி எழுதுவதா?”

“உண்மையைச் சொன்னால் இரண்டுந்தான்” என்றார்.

இப்படி ஏதேதோ பேசிக்கொண்டு பிராகாரத்தை வலம் வந்தோம். பிராகாரம் முழுவதும் சிற்பங்கள். அந்தக் காலத்தில் இவைகளெல்லாம் எவ்வளவு அற்புதமாய் இருந்திருக்கும்! இப்பொழுதோ வௌவால்களும் விஷமிகளும் காலமுமாகச் சேர்ந்து அவைகளைக் குலைத்துவிட்டன. இருந்தாலும் சில அற்புதமான சிற்பங்கள் இன்றும் இருக்கின்றன. ஒரு நரசிம்மாவதாரம் என்ன! ஒரு சிம்மவாஹினி என்ன! இவற்றைப் பார்த்து நானும் சிலையாகி விட்டேன்.

“போவோமா?” என்றார்.

“போவோம்” என்று சொன்னேனே ஒழிய, கால் அசையவில்லை.

“இதெல்லாந்தானே கல்வி, கலை?” என்று அவர் என்னைக் கேட்டதும் எனக்குப் பதில் சொல்லத் தெரியவில்லை. பாக்கிச் சிற்பங்களைப் பார்த்துவிட்டுக் கோவிலுக்குள் நுழைந்தோம்.

ஆஹா! என்ன காட்சி! என்ன காட்சி! பெரிய அழகிய லிங்கம் ஒன்று கர்ப்பக்கிருகத்தில் அமர்ந்திருந்தது. லிங்கத்தையும் எங்களையும் தவிர, குருக்களையோ வேறு ஜனங்களையோ காணோம். நான் வாங்கிச் சென்றிருந்த கற்பூரத்தைக் கொளுத்தி லிங்கத்துக்கு எதிரில் வைத்து வணங்கினேன்.

"சிற்பத்தைக் கண்டு அயர்ந்து போனீரே; கைலாசநாதரின் நெற்றியைப் பாரும்"

லிங்கத்தின் நெற்றியைப் பார்த்தேன். கற்பூரத்தின் ஒளி லிங்கத்தின் நெற்றியில் விழவே சிவனுடைய மூன்றாவது விழி திறந்தது. அம்மாதிரியான தோற்றம் எழுந்தது என்று திரித்துச் சொன்னாலும் உண்மை ஒன்றேதான். கறுப்புக் கல்லில் என்ன அழகான லிங்கம்!

வியப்பு ஒருபுறம் இருக்க மற்றொரு நினைப்பு எழுந்தது. "இவ்வளவு உயர்ந்த கோயில் ஏன் கவனிப்பாரற்றுக் கிடக்கிறது?" என்று கேட்டேன்.

"கவனிப்பு இல்லாமல் என்ன ? கல்வி, கலை இவைகளைத்தான் கவனிக்கிறார்களே! வாசலில் பீடி குடித்துக்கொண்டிருக்கிறானே அவன்தான் இந்தச் சிற்பங்களுக்கெல்லாம் காவல்-மத்திய அரசாங்கத்தார் அவனுக்குச் சம்பளம் கொடுத்து வருகிறார்கள், தெரியுமா?"

"அது தெரியாது. ஆனால் அவன் இந்தச் சிற்பங்களைக் கவனிப்பதாகவோ அதற்கு வேண்டிய தகுதியுள்ளவனாகவோ தெரியவில்லையே."

"அதெப்படிக் கவனிக்க முடியும்? அவன் கவனிக்கக் கூடியது ஒன்றே ஒன்றுதான். அதைக் கவனிக்கிறான். மாதம் முதல்தேதி எப்பொழுதென்று அவன் கவனிக்கிறான். அவ்வளவுதான் அவனிடம் எதிர்பார்க்கலாம். இந்தக் காலத்து அரசாங்கத்தாரும் வேறு என்ன செய்துவிடப் போகிறார்கள்? அந்தக் காலத்து ராஜாக்கள் என்றால் எதையோ நினைத்துக்கொண்டு எதையோ செய்து வைத்துவிட்டுப் போய்விட்டார்கள். இவற்றை எல்லாம் பார்த்தால் எனக்குத் துயரம் தாங்கவில்லை. கலிகாலச் சோழர்களுக்கு நெஞ்சு பொறுக்கவில்லை."

"'உண்மைதான் கோவில்களைப் பார்க்கும்பொழுது எனக்கு ஓர் ஏக்கம் உண்டாகிறது! இன்னும் எவ்வளவு காலம் வரையில் இவைகளை விதி விட்டுவைக்கப் போகிறதோ? கட்டிடக்கலை, சிற்பக்கலை இவைகளுக்கெல்லாம் பொக்கிஷமாக இருக்கும் இந்தக் கோவில்களெல்லாம் வர வரப் பலஹீனப்பட்டும் வெடித்தும் உடைந்தும் இடிந்தும் போய்க்கொண்டிருக்கின்றன. அரசாங்கத்தார் ஏன் எல்லாக் கோயிலின் பராமரிப்பையும் ஏற்றுக்கொள்ளக் கூடாது? அப்படிச் செய்யாவிட்டால் இன்னும் ஒரு நூற்றாண்டுக்குள் இவை முற்றும் பாழாய்விடும். இதைப்பற்றி நினைத்தால் எனக்குப் பயமாக இருக்கிறது."

"அதுவும் உண்மைதான். ஆனால் மற்றோர் உண்மையைக் கவனிக்கவேண்டும். இந்தப் பல்லவ அரசர்களைப் பாருங்களேன். அவர்கள் கட்டிய ஒரு கோயிலாவது வாழ்கிறதா? ஆனால் எப்படி வாழும்? எல்லாம் கல் குமிழிகள். நம்முடைய பிராணனை எதில் நாட்டுகிறோமோ அது ஒருகால் வாழலாமேயன்றி, மற்ற எதுவும் வாழாது. இந்தக் கோயில் மகாபலிபுரம் கோயில் இவைகளைத்தான் பாருங்களேன்! பல்லவர்கள் உயிரைச் சிற்பத்தில் வைத்திருந்தார்கள் என்பதைப் பற்றிச் சந்தேகம் இல்லை. அத்துடன் நின்றிருந்தால் தவறு ஒன்றும் நேர்ந்திருக்காது அந்தப் பித்தை மறைப்பதற்காகக் கோயில்களைக் கட்டிவிட்டார்கள். கடவுளின் அருகில் அவருக்குச் சமமாக கலை வாழவேண்டும் என்று நினைத்தார்கள்; திட்டமிட்டார்கள்; வேலை செய்தார்கள். என்ன ஆயிற்று? நரசிம்ம பல்லவ வர்மன் இந்தக் கைலாசநாதர் கோயிலைக் கட்டினான். இந்த அற்புதமான சிற்பங்களையெல்லாம் செய்யச் சொன்னான். அவன் மனைவி சொன்னதைப் பொருட்படுத்தவில்லை- கடவுளே கலையாக இருக்கவேண்டுமேயல்லாது கடவுள் வேறாகவும் கலை வேறாகவும் இருக்கக்கூடாது என்று சொன்னதன் உண்மைக்குச் செவிசாய்க்கவில்லை."

"இதற்குச் சரித்திரத்தில் ஆதாரம் இருக்கிறதா!" என்று குறுக்கிட்டேன்.

"அதைப் பிறகு சொல்லுகிறேன்; இதைக் கேளுங்கள்" என்று மேலே சொன்னார். "பஞ்ச தந்திரத்தில் ஒரு கதை உண்டு. எலியும் தவளையும் நட்பாகி ஒன்றுடன் ஒன்று கயிற்றால் பிணைத்துக் கொண்டன. மேலே பறந்த கருடன் பாய வருவதைப் பார்த்து

எலி வங்குக்கு இழுத்தது; தவளை குளத்துக்கு இழுத்தது. இந்தப் போராட்டத்துக்கிடையில் கருடன் எலியைத் தூக்கிக்கொண்டு போயிற்று. எலியுடன் தவளையும் அழிந்தது.”

“அந்த மாதிரி?” என்றேன்.

“அந்த மாதிரி இங்கே கடவுளும் நிலைக்கவில்லை. கலையும் நிலைக்கவில்லை. நரசிம்ம பல்லவ வர்மரின் மனைவி சொன்ன தைத்தான் கைலாசநாதரும் வேறுவிதமாகச் சொன்னார். அவன் அதைப் புரிந்துகொள்ளவில்லை.”

“என்ன சொன்னார்?” என்று குறுக்கிட்டேன்.

“ராஜா கோயிலைக் கட்டிவிட்டு கும்பாபிஷேகத்துக்கு நாளைக் குறிப்பிட்டான். கைலாசநாதர் ஓர் இரவு அவரிடம் வந்தார். ‘கும்பாபிஷேக தினத்தை ஒத்திவைத்துவிடு, அன்றைத் தினம் திருநின்றவூருக்குப் போகவேண்டும். பூசலார் கோயில் கட்டிக் கும்பாபிஷேகம் செய்கிறார். அதற்குப் போகவேண்டும்” என்று சொன்னார். அரசன் அதற்கிணங்க தினத்தை ஒத்தி வைத்துவிட்டான். அத்துடன் நில்லாமல் தன்னதைவிட உயர்வான கோயிலைக் காணச்சென்றான். திருநின்றவூருக்குச் சென்று பார்த்தால் கோயிலையே காணவில்லை. வியப்புமேலிட்டு அங்கும் இங்கும் விசாரித்தான். அவன் வியப்பு கோடி மடங்கு அதிகமாயிற்று. பூசலார் என்னும் சிவனடியார் மானசீகமாக ஒரு பெரும் கோவிலைக் கட்டிமுடித்திருந்தார். எத்தனை மாதத் தியானமாக கற்கள் வந்து குவிந்தன! எத்தனை மாதத் தியானமாக வேலைகள் நடந்து வந்தன! இப்பொழுது அந்த மனக்கோயிலுக்குக் கும்பாபிஷேகம்! அதற்குக் கைலாசநாதர் உடந்தை! இந்த விஷயத்தின் உண்மையை அரசனால் உணர முடியவில்லை.

“அதன் விளைவைத்தான் நாம் இப்பொழுதும் பார்க்கிறோம். இங்கே கடவுளும் நிலைக்கவில்லை. கலையும் நிலைக்கவில்லை. கலையையும் கடவுளையும் பிரித்து வைத்துப் போற்ற முற்பட்ட எல்லா இடங்களுக்கும் ஏறக்குறைய இந்தக் கதிதான்.”

நண்பர் பெருமூச்சுடன் நிறுத்தினார். அந்தப் பெருமூச்சின் முடிவில் பாழடைந்த கோயில்கள் எல்லாம் என் கண்முன் எழுந்தன. நான் கண்மூடி மௌனியானேன்.

“என்ன ஊமையும் குருடும் ஆகிவிட்டீரே?” என்ற கேள்வி காதில் விழவே சுயநினைவு வந்தது.

“நாட்டு மக்களில் நானும் ஒருவன்தானே? அந்த நிலையை அடைந்துவிட்டேன்” என்றதும் அவர் கடகடவென்று சிரித்துக் கொண்டு சொன்னார்.

“கல்விக்குக் கொடுப்பதைக் கடவுளுக்குக் கொடு என்று எழுதியிருப்பதன் பொருள் இப்பொழுது விளங்குகிறதல்லவா? கடவுளுக்குக் கொடுக்காமல் கல்விக்குக் கொடுப்பதாகவே வைத்துக்கொண்டு பார்ப்போம். எல்லோரும் எழுதப்படிக்கத் தெரிந்தவர்களாகிவிடுவார்கள். எல்லோரும் பட்டம் பெறுவார்கள்; உத்தியோகத்துக்கு மனுப்போடுவார்கள்; சம்பாதிப்பார்கள்; சாப்பிடுவார்கள்; இன்பத்தில் ஈடுபடுவார்கள்: இனத்தைப் பெருக்குவார்கள். இல்லை. இல்லை. இதில்கூட நமக்குத்தான் பயம் வந்துவிட்டதே; விளைவு இவ்வளவுதானே? அதற்கு மேல் உண்டா? செக்குமாடு சுற்றிவரும் தூரத்தை நீளமாக்கினால் எத்தனையோ ஆயிரம் மைல் ஆகும். ஆனால் மாடென்னவோ இருந்த இடத்தைவிட்டுப் போவதில்லை. அதைப் போலத்தான் இந்தக் கல்வி விஷயமும்! காலத்துக்கு அப்பாற்பட்ட ஒன்றுடன் கலையையும் கல்வியையும் பிணைக்காவிட்டால் அவை நிலைக்கா. சிதம்பரம் கோயிலை நினைத்துக்கொண்டால் நான் சொல்வது விளங்கும். காலம் கடந்த ஒன்றைப் போற்றாதவரையில் கலை பிறக்காது; பிறந்தாலும் ஆயுள் நீடிக்காது. புதைபொருள் ஆராய்ச்சி இலாகா மாதம் முப்பது நாற்பது முந்நூறு நானூறு என்று சம்பளம் கொடுத்து ஆட்களை நியமித்து அவைகளைப் பாதுகாக்க வேண்டியதுதான். அவ்வளவுதான் மிஞ்சும்.”

“நூற்றில் ஒரு வார்த்தை” என்று நண்பரின் முதுகைத் தட்டிக் கொடுக்கக் கையை எடுத்தேன். யாரோ என் முதுகில் தட்டினார்கள். திரும்பிப் பார்த்தேன். புதைபொருள் ஆராய்ச்சி இலாகாவைச் சேர்ந்த ஆள் என்னை வெறிக்கப் பார்த்துக்கொண்டிருந்தான். ஒன்றும் புரியாமல் விழித்தேன்.

“யாரையா-பைத்தியமா நீ-தனக்குத்தானே பேசிக்கிட்டு! இல்லேன்னா இந்தப் பொம்மைகளோடே பேசறியா?” என்று அவன் அதட்டியதும் நான் திடுக்கிட்டேன்.

“என்னுடன் பேசிக்கொண்டிருந்தாரே, அவர் எங்கே?” என்றேன்.

“அட பைத்தியக்கார மனுசா! போ போ! ஒண்ணரை மணியா இங்கே நின்னுகிட்டு வேடிக்கை பார்த்துக்கிட்டிருக்கேன். ஒன்னைத்தவிர ஒரு ஈக்குருவிகூட இங்கே வரவில்லையே! போ வெளியே” என்று என் கையைப்பிடித்து வெளியே இழுத்துவிட்டான்.

எனக்குச் சொல்ல முடியாத கோபமும் திகைப்பும் பொங்கின. ஆனால் அவனுக்குப்போய் விஷயத்தை எப்படி விளங்க வைப்பது? சிவனே என்று பையில் இருந்த சில்லறையை எல்லாம் அங்கிருந்த உண்டியில் போட்டுவிட்டு வெளியேறினேன். குளவி ரீங்காரம் இடுவதுபோல் “கல்விக்குக் கொடுப்பதைக் கடவுளுக்குக் கொடு” என்ற வாக்கியம் மனத்தில் சிலையோடிக் கொண்டிருந்தது.

ஆஹிரி ராகம்

1

"அட எழவே! காலை வேளையிலே சௌளலாக ஆஹிரி ராகத்தைப் பாடுகிறாயே!"

"பாடினால் என்ன மோசம்? பாடக் கூடாதா?"

"சோற்று வாயிலே பக்காச் சேர் மண்தான்"

"பார்ப்போமே. கையிலிருக்கும் கட்டுச் சாத மூட்டை இறகு வளர்ந்து பறந்துவிடுமா? அல்லது இருந்த இடத்தில் மறைந்து விடுமா? அதைத்தான் பார்ப்போமே."

"வேண்டாம் அப்பா பந்தயம். அதுவும் இந்த விஷயத்தில் வேண்டாம்." பெரியவாள் சொல்லியிருக்கிறார்கள். நாமாக வேறு பரீக்ஷை செய்யவேண்டாம். "சாப்பாட்டுக்கு நான் ஜவாப். உங்கள் கட்டுச் சாத மூட்டையையும் என்னிடம் கொடுத்துவிடுங்கள். ராகத்துக்காச்சு எனக்காச்சு, ஒரு கை பார்த்துவிடுகிறேன்."

இப்படி காட்டு மார்க்கத்திலே குருவும் சிஷ்யனும் ஊருக்குத் திரும்பு காலில் நின்று தர்க்கம் செய்தனர். கடைசியாக சிஷ்யன் குருவினிடமிருந்து கட்டுச்சாத மூட்டையை வாங்கி, தன் மூட்டையுடன் சேர்த்துக் கழுத்திலே கட்டிக்கொள்ளவும், இருவரும் மேலே சென்றனர். அத்துடனாவது சிஷ்யன் மௌனமாகப் போகலாகாதா? வீம்புக்காக விஸ்தாரமாய் ராகத்தை ஆலாபனம் செய்தான். பெரியவர் காதுகளைப் பொத்திக்கொண்டே பின்தொடர்ந்தார்.

வெயில் கடுமையாய்விட்டது. இருவரும் ஒரு வாய்க்காலைக் கண்டவுடன் தங்கி, மூட்டை முடிச்சுகளைக் கரையில் வைத்துவிட்டு நீராடினர். பிறகு பெரியவர் மாத்யான்னிகம் முடித்துக்கொண்டு ஜபம் செய்யத்தொடங்கினார். சிஷ்யன் இரண்டு கையையும் சேர்த்து ஜலத்தை எடுத்து அர்க்ய மந்திரம் உச்சரித்துக் கொண்டிருக்கும் பொழுதே திடீரென்று கரைப்பக்கமாய் அவன் தலை திரும்பிற்று. ஒரு வற்றல் நாயொன்று கட்டுச்சாத மூட்டையைக் கவ்விக்கொண்டு நகர்வது தென்பட்டது. அதற்குப் பிறகு மந்திரம் முடியவில்லை. "அட எழவே!" என்ற சப்தம் புறப்பட்டது. இழவு சப்தத்தைக் கேட்டு பெரியவர் ஜபம் கலைந்து விழித்தார். விஷயம் விளங்கிற்று.

"நான்தான் அப்பொழுதே சொன்னேனே!" சிஷ்யன் கைகாட்டி மரத்தைப் போல் தலையை இறக்கினான். வாயைத் திறக்கவில்லை.

அன்று பகல் இருவரும் பட்டினி. இரவில் பாதையிலிருந்த ஒரு கிராமத்தில் தங்கிச் சாப்பாட்டை முடித்துக்கொண்டார்கள்.

அன்றிரவு சிஷ்யனுக்கு மட்டும் தூக்கம் பிடிக்கவில்லை. ஆஹிரி ராகத்திற்கும் சோற்றுக்கும் என்ன சம்பந்தம் என்று மூளையை வறட்டிக்கொண்டிருந்தான். முடிவில் காக்கைக்கும் பனம்பழம் விழுந்ததற்கும் எவ்வளவு சம்பந்தமுண்டோ அவ்வளவுதான் இதிலும் எனத் தீர்மானம் கொண்டான்.

2

மறுநாள் காலையில் அதே கிராமத்தில் சொற்பமாக ஆகாரம் செய்துவிட்டு, திரும்ப கிராமத்தாரிடமிருந்து பெற்ற கட்டுச்சாத மூட்டையுடன் பிரயாணத்தைத் தொடங்கினார்கள்.

வழி நடுவில் சிஷ்யன் பிடிவாதமாக ராகத்தைப் பாட ஆரம்பித்தான்.

"சிவ சிவ! ஒருநாள் பட்டால் தெரியவேண்டாம்? கழுதைக்கு உபதேசம் செய்தால்கூட பயனிருக்கும்போல் இருக்கிறது" என்று சீறி விழுந்தார் குரு.

"இந்தத் தத்வத்தைத் தெரிந்துகொள்ளாமல் விடுவதில்லை என்று சங்கற்பம் நேற்றிரவு செய்துவிட்டேன். நேற்று பகல் என் அஜாக்கிரதையால் சோறு போய்விட்டதே அல்லாமல் அந்த

ராகத்தால் அல்ல. இன்றைய தினம் என் கக்ஷியை ருசு செய்கிறேன், பாருங்கள். அந்த மூட்டையைக் கொடுங்கள்" என்று விஸ்தரித்தான் சிஷ்யன். இந்தச் சண்டித்தனத்திற்கு குரு பணிந்துவிட்டார்.

மணி பன்னிரண்டாயிற்று. வழியிலே ஒரு ஆறு வாய் வழிய நீர் நிறைந்து ஓடிக்கொண்டிருந்தது. கரையோரத்தில் ஒரு பெரிய மூங்கில் கொத்து. அதிலிருந்து நாலைந்து கழிகள் ஆற்றுப்புறமாய்ச் சாய்ந்து வளைந்திருந்தன. அவ்விடத்தைப் பார்த்தவர்கள் அங்கு தங்கிக் குளிக்காமல் போக மனம் வராது.

குருவும் சிஷ்யனும் அங்கே குளிப்பதாகத் தீர்மானித்தார்கள். "அப்பா! சோற்று மூட்டையைக் கீழே வைக்காதே," என்று எச்சரிக்கை செய்தார் குரு. "எனக்குத் தெரியாதா?" என்று சொல்லிக்கொண்டே சோற்று மூட்டையை ஜலத்தின்மேல் வளைந்திருந்த மூங்கில் கழி ஒன்றில் வெகு ஜாக்ரதையாகக் கட்டினான் சிஷ்யன்,

பிறகு தைரியமாய் இருவரும் ஜலத்தில் இறங்கி ஸ்நானம் செய்தார்கள். இவர்கள் குளித்துக்கொண்டிருக்கும் பொழுதே ஆற்றில் ஜலம் கொஞ்சம் கொஞ்சமாகக் குறைய ஆரம்பித்து விட்டதை ஒருவரும் கவனிக்கவில்லை. ஸ்நாநம் மாத்யான்னிகம், ஜபம், முதலியவைகளை முடித்துக்கொண்ட பிறகு சிஷ்யனைக் கட்டுச்சாத மூட்டையை எடுத்துவரச் சொன்னார்.

சிஷ்யன் போய்ப் பார்த்தான். சோற்று மூட்டை கட்டியிருந்த மூங்கிலையே காணோம். சுற்று முற்றும் பார்த்தான். காணோம். மேலே அண்ணாந்து பார்த்தான், நாண் கயிறு அறுந்த வில்போல் மூங்கில் உயர நிமிர்ந்து காணப்பட்டது. அதன் நுனியில் சோற்று மூட்டை ஜயக் கொடிபோல் ஆடிக்கொண்டிருந்தது. அதைக் குச்சியால் தள்ளி எடுக்கலாமென்றால் ஆற்றில் விழுமே அல்லாது தங்களுக்குக் கிட்டும் என்ற நிச்சயமில்லை. யோசனை ஒன்றும் ஓடாமல் சிஷ்யன் விழித்தான்.

அதற்குள் குருவும் கிட்டத்தில் வந்து பார்த்தார். விஷயங்கள் விளங்கிவிட்டன. "காட்டாறு ஜலம் வடிந்ததும் மூங்கிலின் தலை நாண் அறுந்த வில்போல் ஆகிவிட்டது" என்று சமாதானம் செய்துகொண்டு, "நாள் தவறாமல் ஆஹிரி ராகம் பாடுடா அப்பா!" என்று குத்தலாகப் பேசிமுடித்தார்.

3

மறுநாள் காலை ஒன்பது மணி சுமாருக்கு குருவும் சிஷ்யனும் பட்டினியாக ஊருக்குள் நுழைந்தார்கள்.

“எங்கே காணோம் நான்கு நாளாக? என் பெண்ணுக்குக் கல்யாணம். நான்காம் நாள். பகல் சாப்பாடு இராச் சாப்பாடு இரண்டையும் எங்கள் வீட்டிலே அவசியம் வைத்துக்கொள்ளவேண்டும்” என்று விருந்துக்கழைத்தார் குருவின் நண்பரொருவர்.

“எவ்வளவு மணிக்கு சாப்பாடோ?” என்றார் குரு.

“சரியாக பதினொன்றரைக்கு.”

கல்யாணச் சாப்பாடு நிச்சயமான உடனேயே சிஷ்யன் உள்ளத்தில் தன்னையறியாமலே ஆஹிரி ராகம் திரும்பவும் முளைத்தெழுந்தது. ஒரு சிறு ஆலாபனம் கிளம்பிவிட்டது.

“அட சனியனே! மூன்று தரம் பட்டாலல்லது ஞானம் உனக்கு வராதோ? கல்யாணச் சாப்பாட்டுக்கு உலை வைத்து விட்டாயே!” என்று கத்தினார் குரு.

தன்னையறியாமலே ராகம் வந்துவிட்டதாகச் சொல்லி சிஷ்யன் மன்னிப்பு கேட்டுக்கொண்டான்...........

சரியாக மணி பதினொன்றிற்கு குருவும் சிஷ்யனும் கல்யாண வீட்டுக்கு வந்து விட்டார்கள். இலை போடுவதற்கு ஏற்பாடு ஒன்றும் காணவில்லை. குரு உள்ளே போய்ப் பார்த்ததில் ஏதோ சமையல்காரன் தகராறு செய்துவிட்டுச் சற்று மெதுவாகச் சமையல் துவக்கியதாகத் தெரியவந்தது.

இதை உத்தேசித்தும் இரண்டு மூன்று நாளாக நடந்து வந்த அலுப்பின் காரணத்தாலும் சற்றுப் படுத்திருக்கலாமென்று பக்கத்து வீட்டுத் திண்ணையை அடைந்தார் குரு. மேல் துணியை விரித்துப் படுத்துக்கொண்டார். சிஷ்யனும் அவரைப் பின்பற்றினான். சிறிது நேரத்திற்குள் இருவரும் அயர்ந்து தூங்கிவிட்டார்கள்.

சுமார் இரண்டு மணி நேரத்திற்குப் பிறகு திடுக்கென்று எழுந்தார். கண்களைத் துடைத்துக் கொண்டார்.

“டிபனுக்குத் திட்டமென்ன?” என்று சமையல்காரன் கல்யாணப் பந்தலில் யாரையோ கேட்டுக்கொண்டிருக்கும் பேச்சு காதில்

விழுந்தது. கல்யாண வீட்டில் சாப்பாடு முடிந்துவிட்டதோ என்ற ஐயம் பிறந்தது.

குருவுக்குத் தூக்கிவாரிப் போட்டது, மெதுவாக எழுந்து திண்ணையை விட்டு இறங்கி கல்யாணப் பந்தலில் நாஸூக்காய் எட்டிப் பார்த்தார். பந்தலில் பலர் சந்தனம் பூசிய மார்புடனும், வெற்றிலைச் சிவப்பேறிய வாயுடனும் தூங்கிக்கொண்டிருப்பது தென்பட்டது. அவர் மனதில் தோன்றிய சந்தேகம் நிச்சயமாக மாறிவிட்டது.

பழையபடி பிறரறியாமல் திண்ணைக்கு வந்தார். சிஷ்யன் இன்னும் தூங்கிக்கொண்டிருந்தான். பசியின் ஆத்திரம் ஒருபுறம், சிஷ்யனுடைய மூடத்தனத்தின் விளைவு இது என்ற ஆத்திரம் மற்றொருபுறம்; இரண்டுமாகச் சேர்ந்ததும் தூங்கிக்கொண்டிருந்த சிஷ்யனை ஒரு அடி கொடுத்தெழுப்பினார். அவன் வாரிச் சுருட்டிக்கொண்டு எழுந்தான்.

"அடே மடையா! இனி கலியாண வீட்டில் டிபன்தான் உண்டு. அதோ பார்! சாப்பிட்ட எச்சில்கள் எதிரில் கிடப்பதை" என்று குப்பைத்தொட்டியண்டை கிடந்த இலைகளைச் சுட்டிக் காட்டினார்.

சிஷ்யன் முகத்தில் ஈயாடவில்லை. குருவும் சிஷ்யனும் தூங்கிக் கொண்டிருந்தபொழுது சாப்பாடு ஆகிவிட்டது!

"பார்த்தியா ராகத்தின் வேலையை. கிளம்பு. திருடனைத் தேள் கொட்டினாப் போல் வீட்டுக்குப் போவோம்" என்றார். ஜெயிலுக்குப் போகும் கைதியைப்போல் கிளம்பினான் சிஷ்யன்.....

4

இது கதையல்ல. நடந்ததாகக் கேள்விப்பட்ட சம்பவங்களை வர்ணம்பூசாமல் தந்திருக்கிறேன். ரஸமான பிரச்னையொன்று இதில் எழுகிறது. பகலில் ஆஹிரி ராகம் பாடினால் உண்மையாகச் சோறில்லாமல் போகுமா, என்ன? இந்தக் காலத்தில் விஞ்ஞான முறைகளுக்கும் ஆராய்ச்சிகளுக்கும் அதிக ஆதரவு காட்டப்படுகின்ற நிலையில் அனுபவபூர்வமாக இந்தப் பிரச்னைக்கு விடையளிக்க யாரேனும் முன்வருவார்கள் என்று எண்ணுகிறேன்.

கண்ணாடி

காசு கொடுத்து பெல்ஜியம் கண்ணாடியை வாங்கினால்தான் அழகு பார்த்துக்கொள்ளலாமா என்ன? காசு கொடுக்காமலும் கண்ணாடி கிடைக்கும். உண்மையில் உலகம் முழுவதும் கண்ணாடி மாளிகைதான். ஒவ்வொருவரும் ஒரு கண்ணாடிதான், என் வாய் சொல்லுகிறது; எதிரியின் காது வாங்குகிறது. வாய் பதில் சொல்லுகிறது: ஆனால், எதிரியின் உள்மனம் என்னைப் படம் பிடித்துவிடுகிறது. அத்துடன் நிற்காமல், இருட்டறையில் கழுவி, தன் முகத்திலேயே தன்னையும் மீறி அப்புகைப்படத்தை ஒரு கணம் காட்டி மறைத்துவிடுகிறது. அதில் என்னையே பார்த்துவிடுகிறேன் - "தேனாகப் பேசுகிறாய். பாகாக ஓடுகிறாய். உண்மையில் நீ கவுட்டுக்காரப்பயல். சில வண்டுகளைத் தொட்டவுடன் செத்து விட்டதுபோல காலை மடக்கிக்கொண்டு கிடக்குமே, அந்த மாதிரி பேர்வழி."-கண்ணாடியில் என்னைப் பார்த்துவிட்டேன். வேறென்ன வேண்டும்?

நானும் ஒரு கண்ணாடிதானே? - ரேடியோ ஸ்டேஷன் காவலாளி படமா அது? மீசையின் வளைவிலேயே உள்ளக் குழைவு - நுழைவு - நெளிவு தெரிகிறது "வணக்கம்! ஆமாம், வணக்கம். சம்பிரதாயத்தை விடக்கூடாது. பிசாசுக்கு வாழ்க்கைப்பட்டால் மரத்தில் ஏறித்தான் ஆகவேணும்.

வாழ்வு பிசாசா தெய்வமா?

வணக்கம்! உண்மையான, உள்ளும் புறமும் ஒத்த வணக்கமாயிருந்தால் வாழ்த்தவேண்டியதுதான். கடமையின் கசப்பு கற்கண்டாகும் ரஸவாதம். உண்மை வணக்கம் மூன்றாம் பிறைச் சந்திரன்; வழிபட வேண்டியது. கண்ணில்தான் அகப்படுவதில்லை. வணக்கம் வேஷமாயிருந்தால், பிழைக்கும் தந்திரமாயிருந்தால், ஜேபியை நிரப்பும் தந்திரமாயிருந்தால்? ஆண்மை தெரிந்திருந்தால்தானே வேஷமென்று பேசலாம்? தோற்றத்தைத் தவிர-அதுதான் வேஷத்தைத் தவிர அதில் வேறு என்ன இருக்கிறதென்று யார் சொன்னது? கண், காது, மூக்கு, வாய், மெய்தான். ஆனால் முடிவுரை ஊகம்; வெறும் மஞ்சக்காமாலை.

"இப்பொத்தான் வரேளா?"

"ஆமாம், சீமி."

"வரக் காணோமேன்னு பாத்தேன்."

"தெருவில் வரானோவா?"

"ஓங்களைப்பத்தி அந்தச் சந்தேகம் எனக்கேன் வரது?"

"நான் அவ்வளவு நேரான, நேர்மையான, ஏமாத்தாத, பிளக்காத தூண்."

"நான் ஒண்ணும் சொல்லலியே."

"நீதானே இப்பொ என்ன செய்யணும்னு சொல்லணும்."

"பேச்சுக்கு ஒத்திகை பாக்கணும்னு சொல்லச் சொல்றேளா?"

"பின்னே வேண்டாமா?"

"நீங்கதான் கட்டளைக் கலித்துறையாச்சே. எழுத்தை எண்ணி எழுதி விடுவேளே! எழுத்துக்கு மாத்திரை உண்டுன்னு கடிகாரத்துக்கு வேணாத் தெரியாது. எனக்குத் தெரியாது. உங்களுக்குத் தெரியாதா?"

"அது அப்படியில்லே. நாளைக்கு உனக்கு ஒரு கேள்வி வரப்படாது. சம்பிரதாயப்படி நடந்தா வம்பு வராது."

"சம்பிரதாயம், சடங்கு - வம்பில்லாமே ஓடற வண்டிதான். உங்க விஷயத்திலேகூட வேணுமான்னு பாக்கறேன்."

'அது மட்டுமில்லே. எதிலும் பாங்கு நோட்டு எண்ணுகிற

வித்தைதான். சரி, ஒரு தடவைக்கு இரண்டு தடவையாகச் செய்தால், யோசித்தால் பின்னாலே உதைப்பே ஏற்படாது, தவறுதல் - குறைபாடு அடிபட்டும் போகும். ஓத்திகைக்கு அதனால்தான் அவ்வளவு முதலிடம் கொடுத்தாலும், எந்த ரூமிலே படிக்கிறது?"

"இதோ - இதிலேதான்."

"சரி. எழுத்துப் பிரதி?"

"நீங்க கொண்டுவரல்லியா?

"நான்தான் தபால் அனுப்பிச்சூட்டேனே."

"எப்பொ?"

"நாலஞ்சு நாளிருக்கும்."

"எதுவும் வரல்லியே, ஆபீசிலே விசாரிச்சேன். இன்னும் அரைமணிதான் இருக்கு."

"எழுதிவிடலாம்கறியா சீமி?"

"என் ரகசியம் ஒண்ணைச் சொல்லிடறேன். எதிலியும் எப்பவும் நான் எதுவும் சொல்ற வழக்கமேயில்லே."

"தாமரை இலையிலே தண்ணி: ஓட்டிலே ஒட்டாமெ உள்ளே இருக்கிற புளியம்பழம். நல்ல வேதாந்தி! அதிருக்கட்டும். அதெப்படி வராமல் போகும்? வாசு புஸ்தகக் கம்பெனியிலே கொடுத்து கட்டுலே சேக்கச் சொன்னேனே. தற்காப்பு யுகமாச்சே. சாட்சி கேக்கற காலமாச்சேன்னு தபால் ரசீது வாங்கச் சொன்னேன். இப்பொ வேணாப் பாரேன். டெலிபோனிலே 10001-ஐக் கூப்பிடு."

"அண்ணச்சி, வணக்கம். அன்னிக்கு புக் போஸ்டு போடச் சொன்னேவே... போட்டாச்சா? பேஷ்! ரசீதும் வாங்கியாச்சா? வெகு பேஷ்! ... நான் அவநம்பிக்கைப் படல்லே. இங்கே வரல்லேங்கறா... நெருப்பிலே கற்பூரத்தைத் தேடற கதையா? ஹஹ்ஹஹ்ஹா...... பாத்தியா சீமி, நெருப்பிலே கற்பூரத்தைத் தேடற கதையாம், ஒங்க ஆபீஸ் விஷயம்."

"இங்கே காணுமே,"

"போற வழி?"

குளத்திலே சூரிய கிரகணம் விழுந்தாப்போல சீமி முகம் இருக்கிறது. எனக்குத்தான் உடம்பிலே சூடு ஏறிப் போய்விட்டது. முகம் சிவு சிவு என்று நேர்மையில் பொங்கி வேர்க்கிறது.

“இன்னம் அரைமணி இறக்கிறதுங்கறயா? டீத்தொட்டியைத் தூக்கிண்டு தெருவிலே டீ விற்கறவன்னு பாத்தியா - சிங்கிள் டீன்னா உடனே குழாயைத் திறந்துவிட மூளைக்குழாயைத் திறக்கச் சொல்றயா?”

“உங்களுக்கு டீ வியாபாரமில்லேன்னு எனக்குச் சொல்லணுமா?”

“அப்பொ, போற வழி?..... ஒண்ணு செய்வோம்.”

“அடுத்த வாரப் பேச்சு இருக்கோ, இல்லியோ?”

“ஆமாம்.”

“அதைக் கொண்டுவந்திருக்கேன்.

“கொண்டு வந்திருந்தா......”

“அதைப் படிச்சூடறேனே.”

“அடுத்த வாரப் பேச்சை இப்பொ படிச்சா...”

“குழக்கட்டையைப் பக்கம் பாத்தா கடிக்கணும்? எடுத்துண்டிருக்கற விஷயம் பொதுதானே? மோரு போருமோ மாதிரி எப்படி வாசிச்சாலும் வாசிக்கலாம். மண் பாம்பை வெட்டினா ரெண்டு துண்டமும் போகுமே, அது மாதிரி. ஒண்ணுக்கொண்ணு தொடர்பு ஏது?”

“சபாஷ், அபார யோசனை! ஓங்களைப் பத்தி எனக்கு அவநம்பிக்கையே கிடையாதுங்கறதுக்கு வேறென்ன ருசு வேணும்?”

“நல்லவேளையா அடுத்த வாரப் பேச்சைக் கொண்டு வந்தேனோ பொழச்சேனோ! இப்பொ புரிஞ்சுதா - ஓத்திகை வெறும் சடங்கில்லேங்கிறது?”

“அடுத்த வாரப் பேச்சையே படிச்சூடுங்கோ. அந்த வாரப் பேச்சை எழுதி அனுப்பிச்சூடுங்கோ.”

“பள்ளிக்கூடத்திலேகூட இம்பொஸிஷன் எழுதினதில்லே.”

“அப்பொ ஓத்திகை பாத்தூடுவோமா.....?”

ஒத்திகை, ஒலிபரப்பு, பயன் (எனக்குத்தான்) எல்லாம் முடிந்து விட்டது. வீட்டுக்குக் கிளம்பினேன்.

“வீட்டுக்கா? ஒரு வார்த்தை...”

தூண் மாதிரி நின்றேன். தாமரை இலைத் தண்ணீர் மாதிரி சீமி சிரித்தான்.

“ரொம்ப தமாஷ் போங்கோ!”

“எது - நான் படிச்சதா?”

“இல்லே ‘இல்லே, ஒலிபரப்பின் பயனைப் பெறப் போனேளே, அப்பொ என் அறைக்குப் போனேன். மேஜை மேலே ஓங்க கட்டுரை கிடந்துது.”

“எப்பிடி வந்தது?”

“யாராவது ஸி.டி. பகுதிக்காரா கொண்டுவந்து போட்டுட்டுப் போயிருப்பா.”

“உள்ளூர் தபால் உங்களுக்கு வந்து சேர நாள் பிடிக்குமா என்ன? தபால் முத்திரையைப் பாத்தியா?”

“தபால் சரியாத்தான் வந்திருக்கு. வெள்ளிக்கிழமை வருஷப் பிறப்பு விடுமுறை. சனிக்கிழமை மூணாவது சனிக்கிழமை விடுமுறை. ஞாயித்துக்கிழமை விடுமுறை.”

“அந்தத் தபால் எல்லாம் அப்படியேதான் கிடக்குமாக்கும்.”

“லீவ் நாளிலே ஆபீசுக்கு வரமாட்டா. அடுத்த நாள் வந்துதான் பார்ப்பா.”

‘அவசரமா ஏதாவது இருந்தா...?

“பொது ஆபீஸ் ரகசியம் இதுதான். ஆபீஸ் காஞ்சிரங்காய்ச் செடி மாதிரி. அதுக்கு அரிக்காத வரம். கவனக்குறைவாத் தொட்டுட்டா போச்சு. அரிப்பு பிடுங்கிவிடும். இத்தனை நாளுக்குள் இப்படிச் செய்ய வேணுமின்னு ஷரா போட்டு முதல்லேயே எழுதி அனுப்பிச்சூடறமே அது எதுக்காம்? அதான் எங்களுக்கு ஆமை ஓடு.”

“கெடுப்படி நான் அனுப்பல்லேன்னு சொல்றியா?”

“அதைச் சொல்லல்லே. வண்டி ஓடணும்னா ரஸ்தா நகராமெதான் இருக்கணும். அதுவும் ஓட ஆரம்பிச்சா? சட்டம் வைக்கிற பேரும், சட்டப்படி நடக்க முடியுமா? பிழைப்பே காஞ்சிரங்காய்ச் செடியைக் கலியாணம் பண்ணிக்கிற கதைதான்.”

“அடுத்த வாரப் பேச்சு என்னிடம் இல்லாமலிருந்தால்? இல்லாதபோனா, ஒரே பேச்சுக்காரர் இந்த மாதிரி சிக்கிக்கொண்டு விட்டால் உன் கதி?”

கேள்வியைக் கேட்டுவிட்டு தூணைப்போல் நின்றேன். எனக்கு வெற்றி, சீமிக்குத் தோல்வி என்ற பெருமிதம்.

“உலகத்திலே தலைமுழுகிப் போற காரியம் ஒண்ணுமே இல்லை. நாலு பிளேட்டைப் போட்டுவிட்டு, நேயர் விருப்பம்னு சொல்லிடுவேன். ‘எதிர்பாராத சந்தர்ப்பத்திற்கு மன்னிப்பு வால்போல வரும்.”

சீமியின் முகம் கண்ணாடி போலிருந்தது. என் அழகு தெரிந்தது.

தூணுக்கு வளையத் தெரியாதே!

சுப்புத்தாயிக்கு வயது நாற்பத்தி இரண்டு. சாயங்காலமாய், பொழுது போக்குக்காகத் தெருத் திண்ணையில் உட்கார்ந்திருந்தாள். ஐந்து வருஷமாக அந்த ஊர்ப் பக்கமே அடி எடுத்து, வைக்காத அடுத்த வீட்டு ராமுடு சுப்புத்தாயியைக் கண்டதும் திண்ணையில் வந்து உட்கார்ந்தான். “ஏண்டாப்பா ராமுடு! ஊரவிட்டே ஓடிவிட்டியே! சௌக்கியமா?... அடெடெ இதென்ன இவ்வளவு கோரணி?”

“சௌக்யம்தான், அத்தை. வயிறு இருக்கிறதல்லவா? அதான் காரணம்... இந்த நாளில்தான் பழைய சாமானே உதவவில்லையே. முதலில் தலைக் குடுமி உதவவில்லை. அதைத் தொலைத்துவிட்டுக் கிராப் வைத்துக்கொண்டேன். பிறகு பழைய பெயர் செல்லவில்லை. அதற்காக இப்பொழுது “ஆர்.எம்.டு” என்று வைத்துக் கொண்டிருக்கிறேன்.”

“வேலை? உன் அம்மா என்னவோ ‘மரண வேலை, மரண வேலை’ என்று சொல்லுகிறாளே!”

“ஆமாம். நான் இன்ஷியூரன்ஸ் ஏஜண்டு.”

“அப்படியென்றால்?...... ஓஹோ! மரண பண்டிலா? போகிறது, போ. குழந்தை கிழந்தை உண்டோ?”

"இரண்டுமில்லை."

"போடா குறும்பா! சாந்தியாகி உனக்கு ஏழு வருஷமாகவில்லையோ? ராமேஸ்வர ஸ்நானம், சிதம்பரத்தில் அன்னப் பாவாடை - எதாவது செய்யவேண்டும்."

"ராமாயணம் சுந்தர காண்டம் பாராயணம் செய்கிறேன். போதாதா?"

"நல்ல காரியம்! எந்த ஊரில் போட்ட புஸ்தகம்: ஸ்ரீரங்கத்தில் போட்ட புஸ்தகம்தான் நல்லது என்று அப்பா சொல்லுவார்."

"இது சீமையில் போட்டது. இன்னும் விசேஷம். ராஜா முதற்கொண்டு..."

"அடெ கழிசறை! சீட்டாடுகிறாயா?... மக்கு மாதிரி இருந்தவன் எமனாகிவிட்டாயே! பிழைத்துப்போவாய்."

"இன்னுமா சந்தேகம்? அதற்குத்தான் அத்தை இங்கே வந்திருக்கிறேன். எங்கள் ஆபீஸில் ஸ்திரீகள் கூடப் பணம் கட்ட இப்பொழுது ஏற்பாடு செய்திருக்கிறோம். வருஷம் ஒன்றுக்கு இருபது ரூபாய் வீதம் பதிமூணு வருஷம் கட்டினால், பதினஞ்சாவது வருஷத்தில் ஐந்நூறு ரூபாய் கொடுப்போம். அப்படிக்கில்லாமல் நடுவில் செத்துப்போய்விட்டால் நானூறு ரூபாய் கொடுப்போம். இதில் சேருவதற்கு 35 ரூபாய்தான் முன் பணச் செலவு."

"ஆமாம் ராமுடு. பெண்களுக்குக்கூட டாக்டர் வந்து பார்த்துத்தான் சேர்ப்பீளோ?"

"அதுதான் ஸ்வாரஸ்யம். எங்கள் கம்பெனியில் பெண்களுக்குப் பரிசோதனை கிடையாது. எங்கள் கம்பெனியைப் போல் இந்தியாவிலேயே கிடையாது!"

"நல்ல ஏற்பாடு! இந்த நாளைக்கு ரொம்ப அவசியம். இப்பொழுதெல்லாம் பெண்பிள்ளை ராஜ்யமோ இல்லையோ? - நீங்களும் தகுந்தாற்போல ஏற்பாடு செய்திருக்கிறீர்கள்."

"ஆனால் நீங்கள் சேர மாட்டீர்களா?"

"அதிலென்ன சந்தேகம்? பணம் யாருக்கு வேணும்? என் அதிருஷ்டம் எனக்குத் தெரியாமலா இருக்கிறது?"

"உங்களுக்கு அதிருஷ்டமில்லையென்றால் உங்கள் பிள்ளைகளுக்குத் தான் அவமானம். இரைந்து சொல்லாதிங்கோ, நாட்டுப் பெண்கள் சண்டைக்கு வரப்போகிறார்கள்."

"எனக்கு அதிருஷ்டமில்லை, நிச்சயம். இல்லாவிட்டால் அவர் போட்ட மரண பண்டுப் பணம் எனக்கு வராதா? தற்கொலை பண்ணிக்கொண்டுவிட்டார், ஆகையால் பணமில்லையென்று அந்தக் கம்பெனிக்காரன் நாமம் சாத்தினபொழுதே தெரியவில்லையா என் அதிருஷ்டம்?"

"எங்கள் கம்பெனியில் அந்த மாதிரி மோசடி கிடையாது. அடுத்த தெரு சேஷி அம்மாள் பெண்ணுக்கு இதோ ஆயிரம் ரூபாய் கொடுக்கப் போகிறேன். சேஷி அம்மாள் சேர்ந்து ஆறு மாதம் ஆகிறது. அவள் போய்விட்டப்பறம் அவள் பெண் வாரிசுக்கு இதோ பணம் கொடுக்கப்போகிறேன்."

"அப்பா ராமூடு! அதற்காகத்தான் சேரவாண்டாம் என்று நினைத்தேன். நான் கம்பெனியில் சேர வேண்டியதுதான் தாமதம், உடனே மட்டை சாய்ந்துவிடும். அப்புறம் பேத்தியின் கல்யாணம் பார்க்க முடியுமா? கடைசிப் பிள்ளைக்கு ஒரு பேரன் பிறந்து பார்க்க முடியுமா?"

ராமுடு கொஞ்சம் தலையில் பிடில், வாசித்துக்கொண்டே சொன்னான்: "இதுதான் கட்டுப்பெட்டுப் பேச்சு என்கிறது!"

"உங்களுக்கெல்லாம் என்ன? சாஸ்திரமா சம்மதமா ஒன்றும் கிடையாது... சாஸ்திரிகளைக் கேட்டால் ஏன் மரண பண்டில் சேரக்கூடாதென்பதற்குக் காரணம். சொல்லுவார்."

"நியாயம்தானே. சாஸ்திரி பிள்ளை எங்கள் கம்பெனிப் பணத்தை அடித்துக்கொண்டு போய்விட்டால், சாஸ்திரங்கள் கதறாமல் என்ன செய்யும்?"

"போடா, போ! அக்ரமம் சொல்லாதே. 'சாஸ்திரி பிள்ளை தங்கக் கம்பின்னா அந்த வழிக்கே போகமாட்டான்."

"அவனும் போகமாட்டான். நீங்களும் சேரவேண்டாம். நாளைய தினம் உங்களுக்கும் யாராவது ஒரு நாட்டுப் பெண்ணுக்கும் சண்டை வரவேண்டும். அப்பொழுது சொல்லுவாள்: 'மாமி யாராலெ ஒரு திருகாணி உண்டா? இல்லென்னுட்டு செத்தப்பறம்தான் உண்டா?

ஒண்ணாவது நாளிலேருந்து வருஷாப்தீகம் வரையில் ஐந்தாறு ரூபாய் ஆகும். உடன் எதிலெ வாங்கற? எதை வச்சு வாங்கறது? தாலிதான் மிச்சம்! என்று. அப்பொழுது நினைப்பீர்கள், 'இந்தப் பயல் ராமுடு அப்பவே சொன்னானே!" என்று.

"இப்பொழுது சொல்ற பேச்சு ஒப்புக்கொள்ளவேண்டியதுதான். இந்தக் காலத்து நாட்டுப் பெண்கள் வாய்க்குப் பயப்பட லேண்டியது அவசியம்........." உண்மையாய்ச் சொல்லு, பண்டில் சேர்த்தால் உயிருக்கு ஒண்ணும் வந்துடாதே?"

"சும்மா சேருங்கோ, நானிருக்கிறேன். அதெல்லாம் சாஸ்திரி புளுகுக்குப் பயப்பட்டு மலைக்கக்கூடாது."

"அப்பா! இத்தனை நாழி சண்டை போட்டது. எதுக்குன்னா, செத்துப் போனால் மோசமில்லை. ஆறிலும் சாவு, நூறிலும் சாவு, 'பணத்தாசை; மரண பண்டில் சேர்ந்து செத்துத் தொலைஞ்சாள்' என்று ஊரில் சொல்லிச் சிரிப்பார்கள். அதுக்காகப் பயப்படதேன்."

"வெகு விசித்திரம் உங்கள் கக்ஷி! நீங்கள் இறந்துபோன பிறகு ஸ்வர்க்கத்திலிருந்து நூலேணி வழியாக இறங்கிவந்து, 'நமது வாரிசுகளுக்குக் கிடைந்த மரண பண்டுப் பணத்தைப் பற்றி என்ன பேசுகிறார்க'ளென்று கவனிக்கப்போவது போலத்தான்!... இப்படித்தான் என் தாயார்கூட ஜட்கா வண்டிக் குதிரை மாதிரி முதலில் இடக்கு செய்தாள். கடைசியில் சேர்ந்துவிட்டாள்."

"என்ன சொல்றே? பாப்புவா சேர்ந்துட்டா? உன் தாயாரா?... கீழே கிடக்கும் மணி நெல்லைக்கூட அவள் விடமாட்டாள். அவளா சேர்ந்திருக்கா? எல்லோரும் தைரியமாய்ச் சேரலாம்... பணம் முப்பதா?"

"முப்பத்தி ஐந்து."

"இதோ கொண்டு வருகிறேன், இரு." இவ்வாறு சொல்லிவிட்டு சுப்புத்தாயி வீட்டிற்குள் போய் பணத்தைக் கொண்டு வந்து கொடுத்தாள்.

அன்றிரவே ஆர்.எம்.டு. பட்டணத்திற்குக் கிளம்பிப் போய்விட்டான்.

மரண பண்ட்

சுப்புத்தாயி அம்மாளுக்கு மரண பண்டிலே சேர்ந்த மறுநாள் முதற்கொண்டு மனதில் சங்கடமும் குழப்பமும்தான். சாஸ்திர விரோதமான காரியத்தில் அனாவசியமாகவும், ஏமாந்துபோயும், புகுந்துவிட்டதாக நினைத்து வருந்தினாள். இது விஷயமாகத் தன் சிநேகிதைகளுடன் பேசி ஒரு முடிவுக்கு வருவதாகத் தீர்மானித்தாள். சாப்பாட்டுக்குப் பிறகு இந்த மந்திராலோசனை சபை நெடுநேரம் நடந்தது. அதில் இரண்டொரு அம்சம் முக்கியமானது.

மீனாக்ஷி அம்மாள் அச்சிறு சபையின் தலைவி. கொஞ்சம் புத்தியுள்ளவள்தான் ஆனால் அது நேர்வழியில் போகாது. மீனாக்ஷி அம்மாள் சொன்னதாவது: "மரண பண்டெல்லாம் ஏமாற்றம்தான். பண்டுக்காரன் கர்ணன் மாதிரி அள்ளிக் கொடுக்கிறவனாம். ஏதோ கர்மம் செய்வதற்குப் பிறந்ததாக நினைப்பது பிசகு. நம் சுப்புத்தாயியும் ஏமாந்தது வேடிக்கை. பண்டுக்காரன் கையிலிருந்து கொடுக்கிறானா? கடைத் தேங்காயை எடுத்து வழிப் பிள்ளையாருக்கு உடைத்து விடுகிறான். சுப்புத்தாயியைப் போன்ற மூளை கெட்ட பேர்வழிகள் இல்லையா? அவர்களிடம் ஏராளமாய்ப் பணம் வஜூல் செய்து, யாராவது செத்துப்போனால் ஒருவேளை கொஞ்சம் பணம் கொடுக்கிறான். இல்லாவிட்டால் பிள்ளையாருக்கு அதுகூட உடைக்காமல், வீட்டில் கொண்டுபோய்த் துவையல் அரைத்துவிடுகிறான்! இந்த மயக்கும் வித்தையெல்லாம் என்னிடத்தில் பலிக்காது."

நடுத்தெரு குப்பம்மாள் பேசின சங்கதி கொஞ்சம் நியாயமானது. "இன்ஷியூரன்ஸ் பண்டுக்காரனிடமிருந்து பணம் வந்தால் புலி வாயிலிருந்து தலை திரும்பி வந்ததுபோலத்தான். ஒருவர் இறந்துபோனால் அவர்கள் மெம்பர் பணம் கொடுக்க வேண்டியதுதானே! அப்படிச் செய்யாமல், வைரத்தைத் தின்று சாகவில்லை, அரளி வேரும் நல்லெண்ணெயும் சாப்பிடவில்லை, விஷத்திராவகம் குடிக்கவில்லை - இப்படியெல்லாம் தற்கொலை பண்ணிக்கொள்ளவில்லையென்று பிரமாணம் செய்யவேண்டுமாம். ஏதடா, நம் ஜாதியில் தற்கொலை செய்துகொள்பவர்களா என்று கொஞ்சமாவது யோசிக்கிறார்களா, பாருங்கள்?"

நடுத்தெரு குப்பம்மாள் முடித்தவுடனே ஒரு ஜீவனாம்சக்காரப் பெண் ஆரம்பித்தாள். "கச்சேரிகளில் அலைந்து அலைந்து

எனக்கு நான்கு ஐந்து விஷயங்கள் வெளிச்சமாகிவிட்டன. பிரமாணம் செய்வதில் சிரமமில்லை. பிரமாணம் என்று எழுதிக் கொடுப்பதிலும் சிரமமில்லை. கிராம முனிசீப்பிடம் ஒரு அணா கொடுத்தால் கோட்டைப் புளுகை வேதப் பிரமாணமாக்கிவிடலாம். ஆனால் என்னவோ வாரிசு பத்திரமாம்! அதைக் கேட்காத இன்ஷியூரன்ஸ்காரன் கிடையாது. அந்த எழவுக்காக ஈரங்கிக்கு வக்கீல் வீட்டுக்குப் போவதும், குமாஸ்தாவை சேவிப்பதும், கோர்ட்டுக்கு பணத்தைக் கொட்டிக் கொடுத்து அத்தனை நாள் கச்சேரிக்கும் அலைவதும், மரண பண்டுப் பணமே வேண்டாமென்று ஆகிவிடும். பணம் வந்தால் செலவுக்கும் அதற்கும் சரியாகிப் போய்விடும். எல்லாத் தடங்கல்களையும் தாண்டிவிட்டு வாரிசு பத்திரமும் மனுவும் வைத்தனுப்பினால், மனு சரியாக எழுதப்படவில்லையென்று இன்ஷியூரன்ஸ் கம்பெனியிலிருந்து திரும்பி வரலாம். பிறகு ஐயனார் வரன் கொடுத்தாலும் முன்னடியான், அதாவது உள்ளூர் ஏஜண்டு, உத்தரவு கொடுக்கவேண்டும். இல்லாவிட்டால் ஏதாவது ஆபத்து வந்துவிடும்... தேவல்லையா வம்பு?

சமயம் பார்த்து வந்தார் பாரதம் படிக்கும் சாஸ்திரி. வேட்டை நாய்க்கு மோப்பம் தெரிவதில் அதிசயம் என்ன? சரமாரியாய் மரண பண்டைப் பற்றிப் பிரசங்கம் செய்தார். தெருவிலிருந்து அதிகப்படி ஜனங்கள் உள்ளே வந்துவிட்டார்கள். சாஸ்திரிகளுடைய வெளிப்படையான மகக்ஷி என்னவென்றால், “மரண பண்டு விஷயமாக சாஸ்திர, இதிகாசப் புராணங்களிலே ஸ்லோகமே கிடையாது. ஸ்லோகமேயில்லாதபோது ஆதாரமேது? ஆகவே பழைய வழக்கங்களுக்கும், தன்னைப் போன்ற சிஷ்டர்களுடைய ஆசாரத்திற்கும் எதிரிடையாய் ஒன்றையும் புதிதாக அனுஷ்டிக்கக் கூடாது. முன் காலத்தவர்களைவிட இந்தக் காலத்தவர்களுக்கு மூளை வெகு அதிகமா?” என்பதுதான்.

சுப்புத்தாயிக்கிருந்த சந்தேகமொன்றைத் தீர்த்துக்கொள்ள அதுதான் சமயமென்று கேட்டாள்: “உங்கள் பிள்ளையை இந்தக் கம்பெனியில் வேலைக்கு வேண்டாமென்றுவிட்டார்களாமே, வாஸ்தவம்தானா?”

அதற்கு சாஸ்திரிகள் வெகு அமைதியாக, “அவர்கள் என்ன வேண்டாமென்கிறது? நான்தான் ராஜினாமா கொடுக்கச் சொன்னேன். வசூல் பணம் அனுப்பும் பொழுது தேதி

பிசகாகப் போட்டுவிட்டானாம். பணத்தில் ஒரு பூஜ்யம் விட்டுப் போயிற்றாம். கம்பெனிக்காரன் பிரமாதப்படுத்தினான். வேறு வேலை கிடைக்காதா? இது இருக்கட்டும். என் பிள்ளையின் உத்யோகத்தைப் பார்ப்பதாகச் சொல்லிக்கொண்டு வருகிறானே அந்த எலும்பு பொறுக்கி ராமுடு அவன் சொன்னானோ இது?" என்றார்.

"இல்லை, இல்லை."

"அதைச் சொல்ல வேண்டாம். உன்னை மரண பண்டில் வேப்பிலையடித்துச் சேர்த்தது உண்மையோ, அதுவும் இல்லையோ?"

"ஆமாம் என்று சுப்புத்தாயி. முகத்தை நீட்டித் தலையை அசைத்தாள். சாஸ்திரிகளுக்கு மறுபடி ஆவேசம் வந்துவிட்டது. அந்த எழவு பிள்ளையின் கதையைக் கிளப்பாமலிருந்திருக்கலாம் இந்த சுப்புத்தாயி. இனிமேல் என்ன செய்கிறது?

"இன்ஷியூரன்ஸாவது, பொடலங்காயாவது! இந்தியாவில் எவ்வளவு மனிதர்களோ அவ்வளவு இன்ஷியூரன்ஸ் கம்பெனிகள். எங்கே தேசம் உருப்படியாகப் போகிறது? ஏழைகளையும் பெண்களையும் ஏமாற்றுகிறார்கள். இவர்களெல்லாம் பணம் கொடுத்தா நமக்கு வெடியும்? இதெல்லாம் யோசித்துத்தானே ஒரு ரிஷியாவது பௌராணிகனாவது இதை எடுத்துக்கொள்ளவில்லை. இப்போ இருக்கிறவாளுக்கு அபார ஞானம்! நானும் இதையெல்லாம் எவ்வளவு கண்டித்திருக்கிறது. இந்தச் சுப்புத்தாயி விஷயத்தில், செவிட்டுக் காதில் சங்கு ஊதியதுபோல் ஆயிற்றே - அதுதான் வேடிக்கை! ஹூம்! பிராப்தம். இன்ஷியூர் செய்தால் எமனை வரும்படி குங்குமம் தடவிக் கடிதம் எழுதினது போலத்தான்!" என்று மூச்சுவிடாமல் பேசினார்.

பெரியவருடைய உபதேசத்துடன் கூட்டம் கலைந்தது.

சுப்புத்தாயி இன்ஷியூர் செய்து ஒரு வாரமாகவில்லை. அவ்வொரு வாரத்திற்குள் அவளது மனம் பட்ட பாட்டைப் புகைப்படம் பிடித்துப் பார்க்க முடிந்தால் வெகு பரிதவிக்கக் கூடிய காட்சி காணப்படும். சாஸ்திரிகள் "இன்ஷியூரன்ஸில் சேர்ந்தால் எமனுக்குக் கடிதம் போட்டது போல் என்று சொன்னது மகா வாக்கிய மாகிவிட்டது; மனதை முற்றிலும் குழப்பிவிட்டது; தூக்கத்தைக் கெடுத்தது; சாப்பாட்டில் வெறுப்புண்டாக்கிற்று.

அந்த வாரக் கடைசிக்குள், எமனுடைய நிழல் வருவதுபோல், சுப்புத்தாயிக்கு உடம்புக்கு என்னவோ வந்துவிட்டது. அஜீர்ணமென்று சொல்லிக்கொண்டே ஒரு நாளிரவு சுக்குக் கஷாயம் போட்டுச் சாப்பிட்டாள். மறுநாள் காலையில், உஷ்ண வாயுவினால் அது வயிற்றுப் போக்காக மாறிவிட்டது. போக்கை நிறுத்த கற்பூர சம்பந்தமாக நாட்டு வைத்தியர் கொடுத்துவிட்டதாகத் தெரிந்த அரை மணிக்குள் காலராவின் (?) குறிகள் காணப்பட்டன. மத்தியானம் இரண்டு மணிக்குள் பெரிய பிள்ளைக்கும், நடுப் பிள்ளைக்கும் தந்தி கொடுக்கும்படி சொல்லிவிட்டாள். அடிக்கடி 'நாராயணா', 'நாராயணா' என்றாள்.

இதற்குள் சமாசாரம் ஊர் பூராவும் பரவிவிட்டது. வீட்டிற்குள் வந்து உடம்பென்னவென்று கேட்பார் கிடையாது. மகா சபையின் அங்கத்தினர் ஒருவரையாவது காணோம்.

ஆனால் நியாயந்தானே - காலரா ஒட்டிக்கொள்ளாதா? அது போகட்டும், வீட்டிற் குடியிருப்பவர்கள். பக்கத்துத் தெருவில் சீமந்தமென்று உடனே கிளம்பிப் போய்விட்டார்கள். சுப்புத்தாயினுடைய மருமகன் ஒருவனுக்குத் தொத்து வியாதியென்றால் பயம்தான். ஆனால் வீட்டை விட்டு ஓடமுடியவில்லை. கால்வழியாக காலரா உடம்பிற்குள் போவதாக அவன் படித்திருந்தபடியால், வீட்டிற்குள்கூடக் காலைவிட்டுச் செருப்பைக் கழற்றவில்லை. இவ்வளவும் காலராவின் அறிகுறிகளல்லவா? போதாக் குறைக்கு பலஹீனத்தால் இரண்டொரு தரம் கிணற்றண்டை விழுந்துவிட்டாள் சுப்புத்தாயி காலராதான்! வேறு என்ன அத்தாட்சிகள் வேண்டும்?

வேறு வழியில்லை. மருமகன் போய் இங்கிலீஷ் வைத்தியரை அழைத்துக்கொண்டு வந்தான். டாக்டர் ஊசி போட்டார். விடாமல் சுப்புத்தாயின் உடம்பில் சூடு வரும் வரையில் தவிடு ஒத்தடம் கொடுக்கச் சொன்னார். பிறகு டாக்டரும் போய்விட்டார்.

சாயங்காலமாக, முனிசிபாலிடியிலிருந்து சுகாதார முக்கிய உத்தியோகஸ்தர் இருபது ஆட்களுடன் வந்துவிட்டார். வீட்டிலிருக்கும் சாமான்களை ஒழித்து வைப்பதற்குள், பின்னலை வாரி எங்கு பார்த்தாலும் அடித்தார்கள். தோசைமா கரைத்து வைத்திருந்த கச்சட்டியையும்கூட பினைலால் நிரப்பி விட்டார்கள்.

சுப்புத்தாயி மேற்படி உத்தியோகஸ்தரைப் பார்த்து, "உங்களுக்கு இது யார் சொல்லியனுப்பியது?" என்று ஈன ஸ்வரத்தில் வினவினாள்.

"உங்கள் டாக்டர்தான்" என்று உத்தியோகஸ்தர் சொன்னார்.

"சரி. எனக்கு உடம்பு தேவலையாகுமா- நீங்கள் சொல்லுங்கள்?"

"நான் கேட்கும் கேள்விகளுக்கு முதலில் சரியான பதில் சொல்லுங்கள். பிறகு பார்ப்போம்."

"ஆஹா! சொல்லுகிறேன்."

"நீங்கள் அவிந்த வாழைப்பழம், மள்ளாக்கொட்டை எதாவது சாப்பிட்டீர்களா?"

"இல்லை."

"எங்கேயாவது யாத்திரை செய்தீர்களா?"

"இல்லை"

"அசிங்கமான இடத்தை மிதித்தீர்களா?"

"ஊர் முழுவதும் அப்படித்தானிருக்கிறது. எதையென்று சொல்வது?"

"போகட்டும், குடிக்கும் ஜலம்?"

"நீங்கள் வைத்துக்கொடுத்திருக்கும் குழாய்தான்."

"பின் இது எப்படி வந்தது? யோசித்துப் பயப்படாமல் சொல்லுங்கள்."

"கண்டுபிடித்துவிட்டீர்களே: நான் பயந்துகொண்டேனென்று உங்களுக்கு யார் சொன்னது?"

"பிறகு சொல்லுகிறேன். பாக்கி விவரங்களைத் தெரிவியுங்கள், பார்ப்போம்."

"ஒன்றுமில்லை. அடுத்த வீட்டு ராமுடு மரண பண்டில் சேரச் சொன்னான். எனக்கு இஷ்டமில்லை. வேண்டாமென்றேன். அவன் கல்லடிமங்கத்தனம் செய்து சேர்த்துவிட்டான். பாரதம் படிக்கும் சாஸ்திரிகள் கூடச் சொன்னார் மரண பண்டில் சேர்ந்தால் உடனே மரணம் வந்துவிடுமென்று. பாழும் பணத்தாசை இப்படி வந்துவிட்டது!" என்று அரை அழுகையாக அழுத வண்ணம் ஒரு தரம் மூக்கைச் சிந்திவிட்டு, சுப்புத்தாயி மேலே சொன்னாள்.

"பாழும் பணத்தாசை! நாராயண, நாராயண! தொலையட்டும் கட்டை. அவ்வளவு ஆசை உதவாதல்லவா?...... இருக்கட்டும். நான் பிழைப்பேனா, சொல்லுங்கள்? முகக் களை எப்படி இருக்கிறது? பொட்டு தளர்ந்துவிட்டதா? மூக்கு ஜில்லென்று இருக்கிறதே! ... பிழைப்பேனா?"

"தைரியமாயிருங்கள். குணமாகிவிடும்" என்ற அபூர்வமான மருந்தைக் கொடுத்துவிட்டுச் சுகாதார நிர்வாகிகள் போய்விட்டார்கள்.

மறுநாள் முதற்கொண்டு ஊரில் காலராவால் பத்தும் இருபதுமாய் ஜனங்கள் தாக்குண்டு இறந்துபோவதாகப் பலமான வதந்தி. எந்தத் தெருவில் யார் இறந்தது என்று குறிப்பிட்ட ருஜு மாத்திரம் கிடையாது. சுகாதார அதிகாரிகள் காலராவை எதிர்த்துப் போராடக் கச்சை கட்டினார்கள். காவேரி ஜலத்தைக் குடிக்காதே என்று தண்டோரா அடித்தார்கள். தெருக்களிலெல்லாம் ஒவ்வொருவருக்கும் ஊசி போட்டார்கள்.

சுப்புத்தாயியின் ஆயிசு கெட்டிபோலும்! இரண்டு நாளுக்குள் உடம்பு நேராகிவிட்டது. இருந்தாலும், சுகாதார அதிகாரிகள் மட்டும் சுப்புத்தாயியை ஒரு வாரம் வரையில் வந்து கவனித்தார்கள். கடைசியாக, கிண்டியிலிருந்து சுப்புத்தாயியினுடைய வியாதி காலராவல்ல என்று நிபுணர் முனிஸிபாலிடியாருக்குத் தெரிவித்து விட்டார். அத்துடன் சுப்புத்தாயிக்கு முனிஸிபாலிடியார் தொல்லை தொலைந்தது. டாக்டருடைய பணத் தொல்லை ஆரம்பித்தது. காலராவால் வெறும் காப்ரா என்ற ஞானம் பிறந்தது.

அத்துடன் விஷயம் நின்றுவிடவில்லை. ஆறு மாதம் கழித்த பிறகு இன்ஷியூரன்ஸ் ஏஜண்டு ஆர்.எம்.டு இரண்டாவது கட்டணத்தை வசூலிக்க வந்தபொழுது சுப்புத்தாயி அம்மாள், "அப்பா! உங்கள் கம்பெனி வழிக்கு வரவில்லை. கொஞ்ச நாள் இருந்துவிட்டுப் பிறகு தானாகவே செத்துப் போகிறேன். உன் செலவுக்கு இந்தா இரண்டு ரூபாய்!" என்று சொல்லிவிட்டாள்.

இந்த இரண்டு ரூபாய் பணம் கொடுத்ததற்கு மறுநாள் சுப்புத்தாயியின் பிள்ளை நல்ல சமாசாரமொன்று கொண்டுவந்தான்: அடுத்தாத்து ராமுடுவை போலீஸ்காரர்கள் இழுத்துக்கொண்டு போகிறார்கள். விசாரித்ததில் உன்னிடம் மரண பண்டென்று சொன்னதுபோல் இன்னும் நாலு ஸ்திரீகளிடம் சொல்லி ஏமாத்திப்

பணம் வாங்கியிருக்கிறான் என்று சொன்னார்கள். நீ சாட்சி சொல்லும்படி வருமோ என்னவோ?"

சுப்புத்தாயியின் ஆயுள் கெட்டியாயிருந்ததால் இதைக் கேட்டதும் மூச்சுப் போகவில்லை.

புலியா!

இப்பிடி வந்து தெரு ஓரமாய்ப் படுத்துக்கிண்டிருந்தேன். கண்ணைக் கண்ணைக் கொண்டுபோய்ச் சொருகித்து. கண்ணைத் தெறந்த போதெல்லாம் ஒண்ணு 'கண்' கண்ணுலெ பட்டது. ரொம்ப சிரிப்பு வந்தது. ஆனால் பயம் சிரிக்க, அடக்கிக்கிண்டேன்.

என்ன தெரியுமா? பெரிய நாயிலெ நாலு. ஒண்ணு சொறிபிடிச்சுக் கிழப் பாட்டி மாதிரி இருந்தது. பின்னெ பெருங்காயத்தை ஜமாய்ச்சாக்கே! பாக்கியம் ஒன்றும் குதிரை மாதிரி நன்றா வளர்ந்திருந்தது. ஒன்றுக்கொன்று எச்சல் கலையைத் திங்க விடாமெ அடிச்சிக்கிண்டு கடிச்சுக்கிண்டு கிடந்தது. ஆழ்து குஸ்தி போட்டால் இப்படித்தான் இருக்குமோ என்று நினைச்சுக்கிண்டேன். அப்பிடி முன் காலைத் தூக்கிச் சண்டை போட்டதுகள். இருந்தாலும் அந்தச் சொறி நாய்க்கு தான் ரொம்ப ரோஷம் - சிணுங்கிக் கிண்டு சிணுங்கிக் கிண்டு கடிச்சதைப் பார்த்தால் காத்து விட்டு சீறுமே அது மாறி, இருந்தது அதோடெ நடுவுலெ நடுவுலெ ஒடம்பை வேறெ சொறிஞ்சுகிண்டது. எவ்வளவுக்கெவ்வளவு அதுக்கு ஸ்வாரச்யமா இருந்ததோ அவ்வளவுக்கவ்வளவு ரத்தக் களரி! சொறி நாயைப் பார்த்தா வருத்தமாய்த்தான் இருந்துது.

இப்பிடி நான் இரக்கப்பட்டுக் கிண்டிருக்கிறப்பொ ஒரு - தமாஷ் நடந்தது. பெரிய மாடு - ஒரு கோவில் மாடு. அது நன்னா வளர்ந்து இருந்தது என்கிறதுக்காக நான் சொல்ல வரல்லே. நெஜம்மாகவே அது கோயில் மாடுதான்னு அதனுடைய வயத்து

மேலெ போட்டிருந்த சூலம் சொல்லிக்கிண்டிருந்தது. எனக்கு எடையில் ஒரு மனக் கணக்கு வேறெ வந்துட்டது. ஒரு கோவில் மாட்டை அழிச்சால் எத்தனை நாய்க் குட்டி என்னைப்போலே -பண்ணலாம்னூட்டு. இந்தக் கணக்கைத் தள்ளிவிட்டு பெரிய மாட்டைக் கவனிச்சுக்கிண்டிருந்தேன். பெரிய நாய்கள் சண்டை மும்முரத்திலெ இருக்கிறப்பொ மாடு பாட்டுக்குப் புகுந்து எச்சில் இலையை ஜமாய்க்க ஆரம்புச்சூட்டுது. அநேகமா ஒழிஞ்சே போச்சு இலைகூட. அப்பொத்தான் இதுகளெல்லாம் முழிச்சுக்கிண்டதுகள். எல்லாமாய் மாட்டண்டெ திரும்பித்து. ஆளுக்கொரு பக்கமாய் நின்னுக்கிண்டு கொலைச்சுது. மொதல்லெ கவனிக்கவே இல்லை. காரியத்திலெயே கண்ணாயிருந்தது. இப்பிடி இருக்கும்போது அந்தச் சொறி நாய் ஒருதரம் குப்புன்னு பாஞ்சுது. மாடு பெரிய மனுஷன் மாதிரி தலையை ஆட்டித்து. பாக்கி நாய்களுக்கும் தைரியம் வந்துட்டுது. எல்லாமாய்ச் சேர்ந்து ஒருதரம் பாஞ்சுது. மாடு ஒருதரம். கொம்பைத் சாச்சுக்கிண்டு புஸ் இன்னுது. சொறி நாய் பயத்துலே கீழே விழுந்தூட்டுது. பெரிய நாயெல்லாம் தாத்தாப் பூச்சி பறக்குமே அது மாதிரி எங்கேயோ ஓடிப் போச்சுதுகள். என்னுத்தைப் பெரிய நாய் பிடுங்கினால் பெரிய நாய்கிட்டெ இருந்து மாடு பிடுங்கப்படாதோ?

அப்பொத்தான் யாரோ என்கிட்டெ வந்தாப்பிலெ இருந்தது. கண்ணை முழிச்சுப் பார்த்தேன். சின்னப் பயல் ஒத்தன் - நிஜார் போட்டுக்கிண்டிருந்தான். ஒரு கையிலெ கோலிக் குண்டும் காட்டாமணி பாலும். இன்னொரு கையிலெ காட்டாமணிக் கொம்பு. அதன் நுனியிலெ இருந்து காட்டாமணிப் பால் பலூன் ஜோராய் கிளம்பிக்கிண்டிருந்தது.

என்னைப் பார்த்ததும் அவனுக்கு என்ன தோணித்தோ! “த்ஸ், தஸ் புலியா!” இன்றான். நான் வாலை பூமியிலெ போட்டு அடிச்சு சுழட்டிக்கிண்டே அவன் கால்கிட்டெ போனேன். அதுக்குள்ளே இன்னொரு பையன் வந்து சேர்ந்தான். “ஏண்டா சோமு! இது உன் நாய்க்குட்டியா?” இன்றான்.

“இல்லேடா மணி. இப்பொத்தான் வீட்டுக்கு எடுத்துக்கிண்டு போகலாமென்னு பார்க்கறேன். அச்சு நாய்க்குட்டி மாதிரி காய்யோ?” அழ இருக்கோ இல்லியே!

"அழகாயிருக்கு சரி. அசடோ இல்லியோ பரீட்சை பண்ணாமெ எப்பிடிடா எடுத்துக்கிண்டு போறது?"

"ஆமாண்டா, ஆமாண்டா" - இன்னூட்டு சோமு என் காதைப் பிடிச்சுத் தூக்கினான். பிராணமே போயிட்டுது. "வாள் வாள் இன்னு கத்தினேன். சூரப் புலிடோய்!" இன்னான் மணி.

"பாவம்டா! கொஞ்சம் வேகமாகவே தூக்கிப்பிட்டேன் இன்னு என்னைச் சோமு தூக்கிக்கிண்டு சமாதானம் செய்ய ஆரம்பிச்சுட்டான்: என்ன இருந்தாலும் எனக்கு உள்ளூர பயம்தான் - அடுத்தாப்பிலெ என்ன பண்ணிப்பிடுவானோ இன்னூட்டு, ஒருதரம் அவன் மூஞ்சியைப் பார்த்தேன். என் கண்ணிலே, ஜலம் வந்தூட்டுது போல இருக்கு. "அதுக்குப் பசிபோலெ இருக்குடா" இன்று சொல்லிப்பிட்டு என்னை எடுத்துக்கிண்டு சோமு சந்து வழியாலே நேரே அவன் வீட்டுக் கிணத்தங்கரைக்கு எடுத்துக்கிண்டு போனான்.

கிணத்தங்கரையிலெ விட்டதும் அலங்க மலங்க பாத்துக்கிண்டிருந்தேன். அதுக்குள்ளே சோமு உள்ளே போய் ஒரு கொட்டாங்கச்சியில் சாதம் எடுத்துக்கிண்டு வந்தான். கோரப் பசியா? அபுக் அபுக்குன்னு மூணே வாயிலெ ஒழிச்சுப்புட்டு திரும்பியும் அவன் மூஞ்சியைப் பார்த்தேன்.

"என்ன புலியா! இன்னும் வேணுமா?" இன்னான். அவன் காலை நக்கினேன். "அப்பிடியா "சமாசாரம்" இன்னூட்டு இன்னோரு கொட்டாங்கச்சி சாதம் கொண்டு வந்தான். அதையும் ஒழிச்சுப்பிட்டேன். உடனே காலெல்லாம் துருதுரு இங்க ஆரம்பிச்சூட்டுது. கொல்லைப் பக்கத்தாலே கிளம்பி ஓடப் பார்த்தேன். "அடேடே! கம்பி நீட்டப் பார்க்கிறதுடோய்!" இன்னுட்டு என்னைப் பிடிச்சு ஒரு பாக்கு மாத்திலெ கட்டிபிட்டு அவனும் பக்கத்துலெ உக்காந்தூட்டான். அப்புறம் நான் பாட்டுக்கு ஈ பிடிச்சுக்கிண்டே தூங்கிப் போயிட்டேன்.

நல்ல தூக்கம்போலெ இருக்கு. ஏன்னா முழிச்சுக்கிண்டப்பொ கிட்டெ ஒத்தரும் இல்லை. என்னைக் கட்டிப் போட்டிருந்ததா, ஓடியாடித் திரிஞ்சவனை ஜெயில்லெ போட்டாப்பிலெ இருந்துது. எங்கம்மா - பாவம்! முனிபொலிடிக்காரன் ஒருநாள் பிடிச்சுக்கிண்டு போனானே அவதான் - அவள் சொல்லுவா -

தலைவலி போச்சாம் திருகுவலி வந்ததாம். சொதந்தரம் போச்சாம் சோறு வந்ததாம்

அந்த மாதிரித்தான்- இருக்கு என் பொழைப்பு இன்னு நெனைச்சுக் கிண்டிருக்கிறப்பவே வீட்டுக்குள்ளே பேச்சுக் குரல் கேட்டது.

“அந்தச் சனியன் என்னத்துக்குடா சோமு? தொட்டாக்கூட ஸ்நானம் பண்ணணுமேடா.”

சோமு சொல்றான் “நீ வேணாத் தொட வேண்டாம். எனக்கு வேணும்.”

“தொத்தல், நாயைக் கொண்டு வந்து எழவெடுக்கறயே!” “ஒனக்குத் தெரியாதுமே அம்மா. ஒண்ணாம் நம்பர் அச்சு நாய். கோடியாத்து கோவாலனைக் கேளு. இல்லேன்னா மூலையாத்து மணியைக் கேளு.”

“எப்படியானும் தொலைஞ்சு போ.”

“கோவிச்சுக்காதே கிட்ட வந்து நாய்க் குட்டியைப் பாத்தூட்டு அப்பறம் சொல்லு. வா, காண்பிக்கறேன்.”

இப்படிச் சொல்லிக்கொண்டே பொடவைத் தலைப்பைப் பிடிச்சு இழுத்துக்கிண்டே நான் இருக்கற இடத்துக்கு வந்தான். அப்பொத்தான் தூங்கி எழுந்திருந்தேனா, சோம்பில் முறிச்சுக்கிண் டிருந்தேன். அடே பாவி! கழுத்துலெ கயத்தைப் போட்டுக் கட்டி யிருக்கியேடா, நாய்க் குட்டி செத்துப் போயிடப் போறது, “இன்னா” எனக்குத் தெரியும்மே இன்னு அதிகாரம் பண்ணிபிட்டு, “என்னமா இருக்கு நாய்?” இன்னு கேட்டான்.

“எச்சல்கலை நாய். நான் இருக்கற சவரொாணையோடெதான் அதுவும் இருக்கு!” இன்னு சொல்லிச் சிரிச்சுபிட்டு உள்ளே போயிட்டாள். அம்மா திரும்பி வராமெ இருந்தால் தேவலைன்னு நான் நெனைச்சுக் கிண்டிருக்கிறப்பொவே அவள் திரும்பி வந்து எத்தையோ எலும்புத்துண்டைப்போல எனக்கு முன்னே எறிஞ்சாள். அதைக் கடுக்கு முடுக்குன்னு தின்னேன். அதனாலேதான் அதுக்குப் பெயர் முறுக்கு இன்னு வச்சு இருக்காப்போலெ இருக்கு!

எனக்கு சோமுமேலெ ரொம்ப ஆசை வந்துட்டுது. அவன் கையெல்லாம் நக்கினேன். பொய்க்கடி கடிச்சேன். “ஒன்னோடெ கொஞ்சி விளையாடற சாமான் ரொம்ப அழகாயிருக்குடா” இன்னு

பரிகாசம் பண்ணிப்பிட்டு அவன் அம்மா உள்ளே மறுபடியும் போயிட்டா. நான் விளையாடினதுலெ சோமுவுக்குச் சந்தோஷம் தாங்கல்லே "பிலியா! வெளியிலே. போவோம் வா" இன்னூட்டு என்னை அவுத்து விட்டுட்டான். எனக்கு ஓடிப் போகணும்னே தோணல்லே.

உடனே போனேன். தெருவிலே அங்கே இங்கே நின்ன தொத்தல் நாயெல்லாம் என்னை வெறிக்க வெறிக்கப் பார்த்ததுகள். வயத்தெறிச்சப்பட்டது. நான் பாட்டுக்குத் தெரு நாயொடெ நமக்கேன்ன பேச்சுன்னு போய்க் கிண்டிருந்தேன் .

கடைசிலே காவேரிக்கு வந்து சேர்ந்தோம். சோமு மணல்லே விளையாடிக்கிண்டிருந்தான். நானும் காவேரி மணல்லே கிடந்த கிழிஞ்ச துணிகளைக் 'கடிச்சுக் கொதறி விளையாடிக் கிண்டிருந்தேன். இந்த எழவுக்குக்கூட ஒரு பெரிய நாய் போட்டிக்கு வந்துட்டுது சே! அப்பிடி சொல்லப் படாது. அதுவும் நானுமா அந்தத் துணியை வச்சுக்கிண்டு விளையாடினோம். ஆனால் பெரிய நாயோன்னா! அது துணியைக் கவ்விக்கிண்டு காவேரியெல்லாம் ஓடும். நான் எடுத்துக்கிண்டு ஓடறதுக்கு சமயம் ஒரு தரம் தான் வாச்சுது, பாத்துக்கொங்கோ. இருந்தாலும் பெரிய நாய் காவேரி மணல்லே நாலுகால் பாச்சல்லே போரதே ஒரு தனி அழகு - அதன் ஓடம்பு ஒரு குச்சி மாதிரி ஆயிடறது.

விளையாட்டு முடியற சமயம் பசங்களெல்லாம் என்னவோ பக்ஷணம் வாங்கிக்கொண்டு வந்து சாப்பிட்டான்கள். எனக்கும் கிடைச்சுதுன்னு சொல்லணுமா? பாதகமில்லெ. தலையெழுத்து அவ்வளவு மோசமில்லெ இன்னுட்டு நெனைச்சப்பொ ஒருதரம் ஓடம்பு சந்தோஷத்திலெ சிலுத்தது.

ராத்ரி ஆச்சு. ஆத்தோரம் விளக்கெல்லாம் கண்சிமிட்ட ஆரம்பிச்சூட்டுது. ஹோ ஹோன்னு கத்திக்கிண்டு பசங்கள் வீட்டுக்குக் கிளம்பினான்கள். நானும் சோமுகூடக் கிளம்பினேன்.

வீட்டுக்கு வந்தோமோ இல்லியோ, அவன் உள்ளே போய் ஒரு இலையிலே பாலும் சாதமுமா எடுத்துக்கிண்டு வந்து கிணத்தங் கரையில் வச்சான். நான் சாப்பிட்டுக்கிண்டு இருக்கறப்பவே நானும் சாப்பிட்டுவிட்டு வரேன்னூட்டு அவன் உள்ளே போயிட்டான். போற போக்குலே ஒரு நீளக் கயத்தாலே பாக்கு மரத்திலெ கட்டிப்பிட்டான். அசட்டுப் பயல்!

ரொம்ப நாழியாச்சு. ஒரே குளூர் காத்து. உடம்பு வேறெ சிலுத்துப் போச்சு. சுத்தியும் இருட்டு; சோமு வர வழியாயில்லை. என்ன பண்றதுன்னு தெரியலே. ஓடிப் போறதுக்கும் தோணல்லே. எனக்கும் தெரியாமெ என் தொண்டையிலிருந்து மெதுவா அழுகை எட்டிப் பார்த்துக்கிண்டிருந்தது. இன்னும் நாழியாச்சு. தூத்தல் போட்டுது. மெதுவாக் கொல்லைத் தாவாரத்திலெ போய் ஒண்டிக்கிண்டேன். கூரையிலெ, சரியாக கீத்து இல்லாமெ அங்கேயும் என்மேலே தூத்தல் விழுந்தது. வீட்டுக்குள்ளே வேணாப் போய்ப் பார்க்கலாம்னு கதவைப் போய்ச் சுரண்டினேன். ஏன்னு கேப்பாரில்லெ. மெதுவாகக் கத்தினேன். அதுக்குள்ளே மழை வலுத்துப் போச்சு ஒடம்பு வேறெ சாரல் காத்துலெ நனைஞ்சு போச்சு. என் குரல் - கூட குளுரிலெ நடுங்கித்து.

மழை விட்டதும் கொஞ்சம் பலமாகக் கத்தினேன். அப்பவும் சோமு வரல்லே! ஆனால் உள்ளே யாரோ பிள்ளை சோமு அம்மாவோடெ சிள்ளு புள்ளு இன்னு பேசினது காதுலெ விழுந்தது.

“எழவு! நாய் ஊளையிடறது கொல்லையிலே” இன்னுது ஆண்பிள்ளைக் குரல். “இருக்கும்” இன்னுது பொண்பிள்ளைக் குரல்.

“சனியன்! இந்தத் தெருவிலேயே நாய் அதிகம். முனிஸிபாலிடிக்கானும் எழுதிப்போடணும் - இன்னும் “நாய்த் தொல்லை ஒழியவே இல்லை. அப்படியே இருக்கு இன்னுட்டு.”

எனக்கு வயந்துலெ புளியைக் கரைச்சுது. விடிஞ்சதும் எப்படியேனும் ஓடிப்போய்விட்டால்தான் பொழைச்சோம்னு நெனைச்சுக் கிண்டேன்.

காலம்பர விடிஞ்சும் விடியாததுமாய் இருந்தது. பெரியவராய் ஒத்தர் கொல்லைப் பக்கம் வந்தார். என்னைப் பார்த்தாரோ இல்லியோ “இந்தப் பொணம்தான் போலே இருக்கு! ராத்ரி தூங்கவிடாமல் பிராணனை வாங்கிப்பிட்டுது!” இன்னார். நான் வாலைக் குழைச்சுப் பார்த்தேன். அவர் மசியல்லே. “சு! சு” இன்னு சொல்லிக்கொண்டே என்னத்தையோ எடுக்கக் கீழே குனிஞ்சார். கட்டிப் போட்டிருக்கிற நாயைக் கல்லிலடிச்சா. ஓடப் பண்ண முடியும்? இது தெரியல்லே அந்தப் பெரியவருக்கு!

வாலை பின்ரெண்டு கால் நடுவிலெ வச்சுக்கிண்டு பயந்துபோய் நின்னேன்.

அதுக்குள்ளே சோமுவும் வந்துட்டான். "என் நாய் குட்டி அப்பா, விறட்டாதே" இன்னான்.

"நாய்க் குட்டியாவது கீக் குட்டியாவதுடா, கழுதை! ராத்ரி தூக்கம் குட்டிச் சுவராயிடுத்து, பேசறயா!"

"இல்லே அப்பா: நான் ராத்ரி சாப்பிட்ட ஒடனேயே தூங்கிப் போயிட்டேனே இல்லியோ! மழையிலெயும் குளிரிலேயும் அது கிடந்து கத்தியிருக்கு, அவ்வளவுதான். ரொம்ப சாது" இன்னு சோமு கெஞ்சினான்.

"நீயும் சாதுதான். ஒன் நாய்க் குட்டியும் சாதுதான். கொண்டாடி பெரம்பை" இன்னு உள்ளே பார்த்து ஒரு கத்தல் போட்டுட்டு என்னைக் கயத்தோடெ அவுத்து வெறட்டி விட்டார்.

செத்தேன், பொழைச்சேன்னு கொல்லை வேலியாலே நுழைஞ்சு கம்பி நீட்டிப்பிட்டேன். தலையெழுத்து அழியல்லென்னு தெரிஞ்சுதா!

(மணிக்கொடி, 27 அக்டோபர் 1935)

கதைகளின் பட்டியல்

<table>
<tr><th>வ. எண்</th><th>கதைத் தலைப்பு</th><th>கதைத்தொகுதி</th></tr>
<tr><td>1</td><td>பதினெட்டாம் பெருக்கு</td><td rowspan="15">பதினெட்டாம் பெருக்கு
முதல் பதிப்பு
ஹிமாலய பிரசுரம், 1944
இரண்டாம் பதிப்பு
எழுத்து பிரசுரம்,
ஜூன் 1964</td></tr>
<tr><td>2</td><td>ராகு கேது</td></tr>
<tr><td>3</td><td>தாய்</td></tr>
<tr><td>4</td><td>வானம்பாடி</td></tr>
<tr><td>5</td><td>ஆராய்ச்சி</td></tr>
<tr><td>6</td><td>மருதாணி விரலெங்கே? அழகெங்கே?</td></tr>
<tr><td>7</td><td>விழிப்பு</td></tr>
<tr><td>8</td><td>முள்ளும் ரோஜாவும்</td></tr>
<tr><td>9</td><td>சொக்கு</td></tr>
<tr><td>10</td><td>மீனி</td></tr>
<tr><td>11</td><td>புருஷன் எழுதின கதை</td></tr>
<tr><td>12</td><td>காபூலிக் குழந்தைகள்</td></tr>
<tr><td>13</td><td>அடகு</td></tr>
<tr><td>14</td><td>அரைப்பைத்தியம்</td></tr>
<tr><td>15</td><td>மீனலோசினி</td></tr>
<tr><td>16</td><td>கலையும் பெண்ணும்</td><td rowspan="6">ஜம்பரும் வேஷ்டியும்
கஸ்தூரி பதிப்பகம்
1947</td></tr>
<tr><td>17</td><td>நேஹால்</td></tr>
<tr><td>18</td><td>நல்ல வீடு</td></tr>
<tr><td>19</td><td>ஜம்பரும் வேஷ்டியும்</td></tr>
<tr><td>20</td><td>முத்தம்மன்</td></tr>
<tr><td>21</td><td>வித்யாசம்</td></tr>
</table>

22	வண்டிக்காரர்கள்	
23	செவ்வாம்பல்	
24	மோஹினி	மோஹினி கலைமகள் காரியாலயம், சென்னை, 1951
25	குடும்ப வாழ்க்கை	
26	கவலை மாடு	
27	கபோதி	
28	சையன்ஸுக்குப் பலி	
29	நூற்றெட்டுத் தேங்காய்	
30	மந்திர மை	
31	லீலா	
32	கரும்பாயிரத்தின் கதை	
33	திருகு வில்லை	
34	விட்டுப்போன கதை	
35	சிங்கக் குட்டி	
36	கிட்டாத ஜெயில்	
37	பரீட்சை தாண்டி	
38	விஜயதசமி	
39	காட்டுச் சங்கிலி	
40	காணிக்கை	
41	மாப்பிள்ளை சமர்த்து	
42	பெரியநாயகி உலா	பிச்சமூர்த்தியின் கதைகள், ஸ்டார் பிரசுரம், ஆகஸ்ட் 1960
43	வேப்ப மரம்	
44	காவல்	
45	வெறும் மரமா?	
46	பாம்பின் கோபம்	
47	பட்டணம்	
48	காதல்	

49	அடுப்புக்கு எதிரில்	
50	அவரும் அவளும்	
51	விளக்கு	
52	செலாவணி	
53	ஒரு நாள்	
54	திண்ணைப் பேர்வழி	
55	விவசாய ராமாயணம்	
56	வழிபாடு	
57	பூனைக்கண்	
58	ஞானப்பால்	
59	நிழலாட்டம்	
60	பழிக்குப் பழி	
61	மெய்யறிவு	
62	மாங்காய்த் தலை	மாங்காய்த் தலை கலைமகள் காரியாலயம், சென்னை, 1961
63	நாகூர் ஆண்டவர்	
64	அஞ்சப் பிள்ளை	
65	ஈசுவர லீலை	
66	இரும்பும் புரட்சியும்	
67	கவி	
68	வெள்ளம்	
69	வேண்டா வரம்	
70	கிறுக்கன்	
71	364 நண்பர்கள்	
72	புரியாதது	
73	பிரமை	
74	வெண்கலப் பானையின் கதை	
75	மாயமான்	

76	புதிர்கள்	
77	பிழைப்பு	
78	பதினாறுகால் மண்டபம்	
79	ஐ.ஸி.எஸ்	
80	கோர்ட்டு முத்திரை	
81	ஒரு போட்டி	
82	கலை எழுத்து	
83	விதை நெல்	
84	பாப்பாச் சாமியார்	
85	வரிசை விளக்கு	
86	நெருக்கடி	
87	கணபதி துணை	இரட்டை விளக்கு, மல்லிகை பதிப்பகம், 1967
88	வண்ணத்துப்பூச்சி	
89	பஞ்ச கல்யாணி	
90	நிழல்கள்	
91	மண்ணாசை	
92	இலக்கிய வழக்கழகனார்	
93	புலியின் வரிகள்	
94	கோணங்கள்	
95	புசிப்பு	
96	மாங்கொட்டை	
97	வலி	
98	பருவகாலக்கடை	
99	முதல் பிடில்	
100	இரட்டை விளக்கு	
101	நீர்க்காக்கை	
102	வயிறு	

103	மலடி மகன்	
104	கல் குமிழிகள்	
105	பெரிய கண்	
106	பரிசு பெற்ற ஓவியம்	
107	புரட்சிகரமான ஓவியம்	
108	கண்ணம்மா	
109	ஏணி	
110	இருளன் ஆசை	கஞ்சா மடம் ந.பிச்சமூர்த்தி தொகுப்பு ராணிதிலக் வெளியீடு அழிசி திருநெல்வேலி
111	எச்சில்	
112	கங்கையும் பாவமும்	
113	கஞ்சா மடம்	
114	கண்ணாடி	
115	கரித்துண்டு	
116	பொற்சரடு	
117	யார் குற்றவாளி	
118	யார் மண்டு	
119	வேதாளம்	

www.ingramcontent.com/pod-product-compliance
Lightning Source LLC
LaVergne TN
LVHW090417051026
849518LV00006B/2360
* 9 7 8 9 3 4 8 4 3 9 3 9 0 *